TRANZLATY

Sprache ist für alle da

Ngôn ngữ dành cho tất cả
mọi người

Das Kommunistische Manifest

Tuyên ngôn Cộng sản

Karl Marx
&
Friedrich Engels

Deutsch / Tiếng Việt

Published by Tranzlaty
ISBN: 978-1-80572-348-6
Original text by Karl Marx and Friedrich Engels
The Communist Manifesto
First published in 1848
www.tranzlaty.com

Einleitung
Giới thiệu

Ein Gespenst geht um in Europa – das Gespenst des Kommunismus

Một bóng ma đang ám ảnh châu Âu - bóng ma của chủ nghĩa cộng sản

Alle Mächte des alten Europa sind eine heilige Allianz eingegangen, um dieses Gespenst auszutreiben

Tất cả các cường quốc của châu Âu cũ đã tham gia vào một liên minh thần thánh để xua đuổi bóng ma này

Papst und Zaren, Metternich und Guizot, französische Radikale und deutsche Polizeispione

Giáo hoàng và Sa hoàng, Metternich và Guizot, Cấp tiến Pháp và gián điệp cảnh sát Đức

Wo ist die Oppositionspartei, die von ihren Gegnern an der Macht nicht als kommunistisch verschrien wurde?

Đảng đối lập ở đâu mà không bị các đối thủ cầm quyền lên án là Cộng sản?

Wo ist die Opposition, die nicht den Brandvorwurf des Kommunismus gegen die fortgeschritteneren Oppositionsparteien zurückgeschleudert hat?

Đâu là phe đối lập đã không đẩy lùi sự khiển trách thương hiệu của chủ nghĩa cộng sản, chống lại các đảng đối lập tiên tiến hơn?

Und wo ist die Partei, die den Vorwurf nicht gegen ihre reaktionären Gegner erhoben hat?

Và đâu là đảng chưa tố cáo các đối thủ phản động của mình?

Aus dieser Tatsache ergeben sich zweierlei

Hai điều xuất phát từ thực tế này

I. Der Kommunismus wird bereits von allen europäischen Mächten als eine Macht anerkannt

I. Chủ nghĩa cộng sản đã được tất cả các cường quốc châu Âu thừa nhận là một cường quốc

II. Es ist höchste Zeit, dass die Kommunisten ihre Ansichten, Ziele und Tendenzen offen vor der ganzen Welt offenlegen

II. Đã đến lúc những người cộng sản phải công khai, trước mặt toàn thế giới, công bố quan điểm, mục đích và xu hướng của họ

sie müssen diesem Kindermärchen vom Gespenst des Kommunismus mit einem Manifest der Partei selbst begegnen

họ phải đáp ứng câu chuyện vườn ươm này về Bóng ma của chủ nghĩa cộng sản với một Tuyên ngôn của chính đảng

Zu diesem Zweck haben sich Kommunisten verschiedener Nationalitäten in London versammelt und folgendes Manifest entworfen

Để đạt được mục đích này, những người Cộng sản thuộc nhiều quốc tịch khác nhau đã tập hợp tại London và phác thảo Tuyên ngôn sau đây

Dieses Manifest wird in deutscher, englischer, französischer, italienischer, flämischer und dänischer Sprache veröffentlicht

bản tuyên ngôn này sẽ được xuất bản bằng các ngôn ngữ Anh, Pháp, Đức, Ý, Flemish và Đan Mạch

Und jetzt soll es in allen Sprachen veröffentlicht werden, die Tranzlaty anbietet

Và bây giờ nó sẽ được xuất bản bằng tất cả các ngôn ngữ mà Tranzlaty cung cấp

Bourgeois und Proletarier
Tư sản và vô sản

Die Geschichte aller bisherigen Gesellschaften ist die Geschichte der Klassenkämpfe

Lịch sử của tất cả các xã hội tồn tại cho đến nay là lịch sử của các cuộc đấu tranh giai cấp

Freier und Sklave, Patrizier und Plebejer, Herr und Leibeigener, Zunftmeister und Geselle

Người tự do và nô lệ, quý tộc và plebeian, lãnh chúa và nông nô, chủ bang hội và người hành trình

mit einem Wort, Unterdrücker und Unterdrückte

Nói một cách dễ hiểu, kẻ áp bức và bị áp bức

Diese sozialen Klassen standen in ständiger Opposition zueinander

Những tầng lớp xã hội này liên tục đối lập với nhau

Sie führten einen ununterbrochenen Kampf. Jetzt versteckt, jetzt offen

Họ tiếp tục một cuộc chiến không bị gián đoạn. Bây giờ ẩn, bây giờ mở

Ein Kampf, der entweder in einer revolutionären Rekonstitution der Gesellschaft als Ganzes endete

Một cuộc chiến hoặc kết thúc bằng một cuộc cách mạng tái cấu trúc xã hội nói chung

oder ein Kampf, der im gemeinsamen Ruin der streitenden Klassen endete

hoặc một cuộc chiến kết thúc trong sự hủy hoại chung của các giai cấp tranh chấp

Blicken wir zurück auf die früheren Epochen der Geschichte

Chúng ta hãy nhìn lại những kỷ nguyên trước đó của lịch sử

Wir finden fast überall eine komplizierte Einteilung der Gesellschaft in verschiedene Ordnungen

Chúng ta thấy hầu như ở khắp mọi nơi một sự sắp xếp phức tạp của xã hội thành nhiều trật tự khác nhau

Es gab schon immer eine mannigfaltige Abstufung des sozialen Ranges

Luôn luôn có một sự phân cấp đa dạng của cấp bậc xã hội

Im alten Rom gibt es Patrizier, Ritter, Plebejer, Sklaven

Ở La Mã cổ đại, chúng ta có những người yêu nước, hiệp sĩ, plebeians, nô lệ

im Mittelalter: Feudalherren, Vasallen, Zunftmeister, Gesellen, Lehrlinge, Leibeigene

vào thời trung cổ: lãnh chúa phong kiến, chư hầu, chủ bang hội, người hành trình, người học việc, nông nô

In fast allen diesen Klassen sind wiederum untergeordnete Abstufungen

Trong hầu hết các lớp này, một lần nữa, cấp bậc phụ

Die moderne Bourgeoisie Gesellschaft ist aus den Trümmern der feudalen Gesellschaft hervorgegangen

Xã hội tư sản hiện đại đã nảy mầm từ đống đổ nát của xã hội phong kiến

Aber diese neue Gesellschaftsordnung hat die Klassengegensätze nicht beseitigt

Nhưng trật tự xã hội mới này đã không xóa bỏ sự đối kháng giai cấp

Sie hat nur neue Klassen und neue Unterdrückungsbedingungen geschaffen

Nó đã thiết lập các giai cấp mới và các điều kiện áp bức mới

Sie hat neue Formen des Kampfes an die Stelle der alten gesetzt

Nó đã thiết lập các hình thức đấu tranh mới thay cho các hình thức đấu tranh cũ

Die Epoche, in der wir uns befinden, weist jedoch eine Besonderheit auf

Tuy nhiên, thời đại mà chúng ta thấy mình đang ở sở hữu một đặc điểm khác biệt

die Epoche der Bourgeoisie hat die Klassengegensätze vereinfacht

thời đại của giai cấp tư sản đã đơn giản hóa sự đối kháng giai cấp

Die Gesellschaft als Ganzes spaltet sich mehr und mehr in zwei große feindliche Lager

Xã hội nói chung ngày càng chia thành hai phe thù địch lớn

zwei große soziale Klassen, die sich direkt gegenüberstehen: Bourgeoisie und Proletariat

hai giai cấp xã hội lớn đối diện trực tiếp với nhau: Tư sản và Vô sản

Aus den Leibeigenen des Mittelalters gingen die Bürger der ersten Städte hervor

Từ nông nô thời Trung cổ đã xuất hiện những người chăn nuôi điều lệ của các thị trấn sớm nhất

Aus diesen Bürgern entwickelten sich die ersten Elemente der Bourgeoisie

Từ những kẻ trộm cắp này, những yếu tố đầu tiên của giai cấp tư sản đã được phát triển

Die Entdeckung Amerikas und die Umrundung des Kaps

Khám phá ra nước Mỹ và vòng quanh Cape

diese Ereignisse eröffneten der aufstrebenden Bourgeoisie neues Terrain

những sự kiện này đã mở ra nền tảng mới cho giai cấp tư sản đang trỗi dậy

Die ostindischen und chinesischen Märkte, die Kolonisierung Amerikas, der Handel mit den Kolonien

Thị trường Đông Ấn và Trung Quốc, thuộc địa của Mỹ, thương mại với các thuộc địa

die Vermehrung der Tauschmittel und der Waren überhaupt

sự gia tăng các phương tiện trao đổi và hàng hóa nói chung

Diese Ereignisse gaben dem Handel, der Schiffahrt und der Industrie einen nie gekannten Impuls

Những sự kiện này đã mang lại cho thương mại, điều hướng và ngành công nghiệp một động lực chưa từng được biết đến trước đây

Sie gab dem revolutionären Element in der wankenden feudalen Gesellschaft eine rasche Entwicklung

Nó đã phát triển nhanh chóng yếu tố cách mạng trong xã hội phong kiến đang lung lay

Geschlossene Zünfte hatten das feudale System der industriellen Produktion monopolisiert

Các bang hội khép kín đã độc quyền hệ thống sản xuất công nghiệp phong kiến

Doch das reichte den wachsenden Bedürfnissen der neuen Märkte nicht mehr aus

Nhưng điều này không còn đủ cho nhu cầu ngày càng tăng của các thị trường mới

Das Manufaktursystem trat an die Stelle des feudalen Systems der Industrie

Hệ thống sản xuất đã thay thế hệ thống công nghiệp phong kiến

Die Zunftmeister wurden vom produzierenden Bürgertum auf die Seite gedrängt

Các guild-master bị đẩy sang một bên bởi tầng lớp trung lưu sản xuất

Die Arbeitsteilung zwischen den verschiedenen korporativen Innungen verschwand

Phân công lao động giữa các bang hội doanh nghiệp khác nhau biến mất

Die Arbeitsteilung durchdrang jede einzelne Werkstatt

Sự phân công lao động thâm nhập vào từng phân xưởng

In der Zwischenzeit wuchsen die Märkte immer weiter und die Nachfrage stieg immer weiter

Trong khi đó, các thị trường tiếp tục phát triển và nhu cầu ngày càng tăng

Selbst Fabriken reichten nicht mehr aus, um den Anforderungen gerecht zu werden

Ngay cả các nhà máy cũng không còn đủ để đáp ứng nhu cầu

Daraufhin revolutionierten Dampf und Maschinen die industrielle Produktion

Do đó, hơi nước và máy móc đã cách mạng hóa sản xuất công nghiệp

An die Stelle der Manufaktur trat der Riese, die moderne Industrie

Nơi sản xuất đã được thực hiện bởi người khổng lồ, Công nghiệp hiện đại

An die Stelle des industriellen Mittelstandes traten industrielle Millionäre

Vị trí của tầng lớp trung lưu công nghiệp đã được thực hiện bởi các triệu phú công nghiệp

an die Stelle der Führer ganzer Industriearmeen trat die moderne Bourgeoisie

vị trí của các nhà lãnh đạo của toàn bộ quân đội công nghiệp đã được thực hiện bởi giai cấp tư sản hiện đại

die Entdeckung Amerikas ebnete der modernen Industrie den Weg zur Etablierung des Weltmarktes

việc phát hiện ra nước Mỹ đã mở đường cho ngành công nghiệp hiện đại thiết lập thị trường thế giới

Dieser Markt gab dem Handel, der Schifffahrt und der Kommunikation auf dem Landweg eine ungeheure Entwicklung

Thị trường này đã cho một sự phát triển to lớn cho thương mại, hàng hải và thông tin liên lạc bằng đường bộ

Diese Entwicklung hat seinerzeit auf die Ausdehnung der Industrie reagiert

Sự phát triển này, trong thời gian của nó, đã phản ứng về việc mở rộng ngành công nghiệp

Sie reagierte in dem Maße, wie sich die Industrie ausbreitete, und wie sich Handel, Schiffahrt und Eisenbahn ausdehnten

Nó phản ứng tỷ lệ thuận với cách ngành công nghiệp mở rộng, và cách thương mại, điều hướng và đường sắt mở rộng

in demselben Maße, in dem sich die Bourgeoisie entwickelte, vermehrte sie ihr Kapital

trong cùng một tỷ lệ mà giai cấp tư sản phát triển, họ đã tăng vốn của họ

und das Bourgeoisie drängte jede aus dem Mittelalter überlieferte Klasse in den Hintergrund

và giai cấp tư sản bị đẩy vào nền tảng mọi giai cấp được lưu truyền từ thời Trung cổ

daher ist die moderne Bourgeoisie selbst das Produkt eines langen Entwicklungsganges

do đó giai cấp tư sản hiện đại tự nó là sản phẩm của một quá trình phát triển lâu dài

Wir sehen, dass es sich um eine Reihe von Revolutionen in der Produktions- und Tauschweise handelt

Chúng ta thấy đó là một loạt các cuộc cách mạng trong các phương thức sản xuất và trao đổi

Jeder Schritt der Bourgeoisie Entwicklung ging mit einem entsprechenden politischen Fortschritt einher

Mỗi bước phát triển của giai cấp tư sản đều đi kèm với một bước tiến chính trị tương ứng

Eine unterdrückte Klasse unter der Herrschaft des feudalen Adels

Một giai cấp bị áp bức dưới sự thống trị của giới quý tộc phong kiến

ein bewaffneter und selbstverwalteter Verein in der mittelalterlichen Kommune

Một hiệp hội vũ trang và tự quản ở xã thời trung cổ

hier eine unabhängige Stadtrepublik (wie in Italien und Deutschland)

ở đây, một nước cộng hòa đô thị độc lập (như ở Ý và Đức)

dort ein steuerpflichtiger "dritter Stand" der Monarchie (wie in Frankreich)

ở đó, một "bất động sản thứ ba" chịu thuế của chế độ quân chủ (như ở Pháp)

Danach, in der Zeit der eigentlichen Herstellung

sau đó, trong thời kỳ sản xuất thích hợp

die Bourgeoisie diente entweder der halbfeudalen oder der absoluten Monarchie

giai cấp tư sản phục vụ chế độ nửa phong kiến hoặc quân chủ tuyệt đối

oder die Bourgeoisie fungierte als Gegengewicht zum Adel

hoặc giai cấp tư sản đóng vai trò đối trọng với giới quý tộc

und in der Tat war die Bourgeoisie ein Eckpfeiler der großen Monarchien überhaupt

và, trên thực tế, giai cấp tư sản là nền tảng của các chế độ quân chủ vĩ đại nói chung

aber die moderne Industrie und der Weltmarkt haben sich seitdem etabliert

nhưng ngành công nghiệp hiện đại và thị trường thế giới đã tự thiết lập kể từ đó

und die Bourgeoisie hat sich die ausschließliche politische Herrschaft erobert

và giai cấp tư sản đã chinh phục cho mình sự thống trị chính trị độc quyền

sie erreichte diese politische Herrschaft durch den modernen repräsentativen Staat

nó đã đạt được ảnh hưởng chính trị này thông qua Nhà nước đại diện hiện đại

Die Exekutive des modernen Staates ist nichts anderes als ein Verwaltungskomitee

Các giám đốc điều hành của Nhà nước hiện đại chỉ là một ủy ban quản lý

und sie leiten die gemeinsamen Angelegenheiten der gesamten Bourgeoisie

và họ quản lý các vấn đề chung của toàn bộ giai cấp tư sản

Die Bourgeoisie hat historisch gesehen eine höchst revolutionäre Rolle gespielt

Giai cấp tư sản, trong lịch sử, đã đóng một vai trò cách mạng nhất

Wo immer sie die Oberhand gewann, machte sie allen feudalen, patriarchalischen und idyllischen Verhältnissen ein Ende

Bất cứ nơi nào chiếm thế thượng phong, nó chấm dứt mọi quan hệ phong kiến, gia trưởng và bình dị

Sie hat erbarmungslos die bunten feudalen Bande zerrissen, die den Menschen an seine "natürlichen Vorgesetzten" banden

Nó đã xé nát một cách đáng thương mối quan hệ phong kiến motley ràng buộc con người với "cấp trên tự nhiên" của mình

Und es ist kein Nexus zwischen Mensch und Mensch übrig geblieben, außer nacktem Eigeninteresse

Và nó đã không còn mối liên hệ nào giữa con người và con người, ngoài lợi ích cá nhân trần trụi

Die Beziehungen der Menschen zueinander sind zu nichts anderem geworden als zu einer gefühllosen "Geldzahlung"

Mối quan hệ của con người với nhau đã trở thành không gì khác hơn là "thanh toán bằng tiền mặt" nhẫn tâm

Sie hat die himmlischsten Ekstasen religiöser Inbrunst ertränkt

Nó đã nhấn chìm những sự ngây ngất trên trời nhất của lòng nhiệt thành tôn giáo

sie hat ritterlichen Enthusiasmus und philiströsen Sentimentalismus übertönt

Nó đã nhấn chìm sự nhiệt tình hào hiệp và chủ nghĩa đa cảm philistine

Sie hat diese Dinge im eisigen Wasser des egoistischen Kalküls ertränkt

Nó đã nhấn chìm những thứ này trong nước băng giá của tính toán tự cao tự đại

Sie hat den persönlichen Wert in Tauschwert aufgelöst

Nó đã giải quyết giá trị cá nhân thành giá trị trao đổi

Sie hat die zahllosen und unveräußerlichen verbrieften Freiheiten ersetzt

Nó đã thay thế vô số quyền tự do đặc quyền và không khả thi

und sie hat eine einzige, skrupellose Freiheit geschaffen; Freihandel

và nó đã thiết lập một sự tự do duy nhất, vô lương tâm; Thương mại tự do

Mit einem Wort, sie hat dies für die Ausbeutung getan

Nói một cách dễ hiểu, nó đã làm điều này để khai thác

Ausbeutung, verschleiert durch religiöse und politische Illusionen

Sự bóc lột bị che đậy bởi những ảo tưởng tôn giáo và chính trị

Ausbeutung verschleiert durch nackte, schamlose, direkte, brutale Ausbeutung

Sự bóc lột được che đậy bởi sự bóc lột trần trụi, không biết xấu hổ, trực tiếp, tàn bạo

die Bourgeoisie hat den Heiligenschein von jedem zuvor geehrten und verehrten Beruf abgestreift

giai cấp tư sản đã lột bỏ vầng hào quang khỏi mọi nghề nghiệp được tôn vinh và tôn kính trước đây

der Arzt, der Advokat, der Priester, der Dichter und der Mann der Wissenschaft

Bác sĩ, luật sư, linh mục, nhà thơ và con người của khoa học

Sie hat diese ausgezeichneten Arbeiter in ihre bezahlten Lohnarbeiter verwandelt

Nó đã chuyển đổi những công nhân xuất sắc này thành những người lao động làm công ăn lương được trả lương

Die Bourgeoisie hat der Familie den sentimentalen Schleier weggerissen

Giai cấp tư sản đã xé bức màn tình cảm ra khỏi gia đình

Und sie hat das Familienverhältnis auf ein bloßes Geldverhältnis reduziert

Và nó đã làm giảm mối quan hệ gia đình thành một mối quan hệ tiền bạc đơn thuần

die brutale Zurschaustellung der Kraft im Mittelalter, die die Reaktionäre so sehr bewundern

sự thể hiện sức sống tàn bạo trong thời Trung cổ mà những kẻ phản động rất ngưỡng mộ

Auch diese fand ihre passende Ergänzung in der trägesten Trägheit

Ngay cả điều này cũng tìm thấy sự bổ sung phù hợp của nó trong sự lười biếng lười biếng nhất

Die Bourgeoisie hat enthüllt, wie es dazu gekommen ist

Giai cấp tư sản đã tiết lộ làm thế nào tất cả những điều này xảy ra

Die Bourgeoisie war die erste, die gezeigt hat, was die Tätigkeit des Menschen bewirken kann

Giai cấp tư sản là những người đầu tiên cho thấy những gì hoạt động của con người có thể mang lại

Sie hat Wunder vollbracht, die ägyptische Pyramiden, römische Aquädukte und gotische Kathedralen bei weitem übertreffen

Nó đã đạt được những điều kỳ diệu vượt xa các kim tự tháp Ai Cập, cống dẫn nước La Mã và nhà thờ Gothic

und sie hat Expeditionen durchgeführt, die alle früheren Auszüge von Nationen und Kreuzzügen in den Schatten stellten

và nó đã tiến hành các cuộc thám hiểm đưa vào bóng râm tất cả các cuộc Xuất hành trước đây của các quốc gia và các cuộc thập tự chinh

Die Bourgeoisie kann nicht existieren, ohne die Produktionsmittel ständig zu revolutionieren

Giai cấp tư sản không thể tồn tại mà không liên tục cách mạng hóa các công cụ sản xuất

und damit kann sie nicht ohne ihre Beziehungen zur Produktion existieren

và do đó nó không thể tồn tại mà không có mối quan hệ của nó với sản xuất

und deshalb kann sie nicht ohne ihre Beziehungen zur Gesellschaft existieren

Và do đó nó không thể tồn tại mà không có mối quan hệ của nó với xã hội

Alle früheren Industrieklassen hatten eine Bedingung gemeinsam

Tất cả các tầng lớp công nghiệp trước đó đều có một điểm chung

Sie setzten auf die Bewahrung der alten Produktionsweisen

Họ dựa vào việc bảo tồn các phương thức sản xuất cũ

aber die Bourgeoisie brachte eine völlig neue Dynamik mit sich

nhưng giai cấp tư sản mang theo một động lực hoàn toàn mới

Ständige Revolutionierung der Produktion und ununterbrochene Störung aller gesellschaftlichen Verhältnisse

Liên tục cách mạng hóa sản xuất và xáo trộn liên tục của tất cả các điều kiện xã hội

diese immerwährende Unsicherheit und Unruhe unterscheidet die Epoche der Bourgeoisie von allen früheren

sự không chắc chắn và kích động vĩnh cửu này phân biệt thời đại tư sản với tất cả các thời đại trước đó

Die bisherigen Beziehungen zur Produktion waren mit alten und ehrwürdigen Vorurteilen und Meinungen verbunden

Quan hệ trước đây với sản xuất đi kèm với những định kiến và quan điểm cổ xưa và đáng kính

Aber all diese festgefahrenen, eingefrorenen Beziehungen werden hinweggefegt

Nhưng tất cả những mối quan hệ cố định, đóng băng nhanh chóng này đều bị cuốn trôi

Alle neu gebildeten Verhältnisse werden antiquiert, bevor sie erstarren können

Tất cả các mối quan hệ mới được hình thành trở nên lỗi thời trước khi chúng có thể hóa thạch

Alles, was fest ist, zerschmilzt in Luft, und alles, was heilig ist, wird entweiht

Tất cả những gì là rắn tan vào không khí, và tất cả những gì thiêng liêng đều bị xúc phạm

Der Mensch ist endlich gezwungen, mit nüchternen Sinnen seinen wirklichen Lebensbedingungen ins Auge zu sehen

Cuối cùng, con người buộc phải đối mặt với các giác quan tỉnh táo, những điều kiện sống thực sự của mình

und er ist gezwungen, sich seinen Beziehungen zu seinesgleichen zu stellen

Và anh ta buộc phải đối mặt với mối quan hệ của mình với đồng loại của mình

Die Bourgeoisie muss ständig ihre Märkte für ihre Produkte erweitern

Giai cấp tư sản không ngừng cần mở rộng thị trường cho các sản phẩm của mình

und deshalb wird die Bourgeoisie über die ganze Erdoberfläche gejagt

và, vì điều này, giai cấp tư sản bị truy đuổi trên toàn bộ bề mặt địa cầu

Die Bourgeoisie muss sich überall einnisten, sich überall niederlassen, überall Verbindungen herstellen

Giai cấp tư sản phải nép mình ở khắp mọi nơi, định cư ở khắp mọi nơi, thiết lập kết nối ở mọi nơi

Die Bourgeoisie muss in jedem Winkel der Welt Märkte schaffen, um sie auszubeuten

Giai cấp tư sản phải tạo ra thị trường ở mọi nơi trên thế giới để khai thác

Die Produktion und der Konsum in jedem Land haben einen kosmopolitischen Charakter erhalten

Việc sản xuất và tiêu thụ ở mọi quốc gia đã được đưa ra một đặc tính quốc tế

der Verdruss der Reaktionäre ist mit Händen zu greifen, aber er hat sich trotzdem fortgesetzt

sự thất vọng của những kẻ phản động là có thể cảm nhận được, nhưng nó vẫn tiếp tục bất kể

Die Bourgeoisie hat der Industrie den nationalen Boden, auf dem sie stand, unter den Füßen weggezogen

Giai cấp tư sản đã rút ra từ dưới chân ngành công nghiệp nền tảng quốc gia mà nó đang đứng

Alle alteingesessenen nationalen Industrien sind zerstört worden oder werden täglich zerstört

Tất cả các ngành công nghiệp quốc gia lâu đời đã bị phá hủy, hoặc đang bị phá hủy hàng ngày

Alle alteingesessenen nationalen Industrien werden durch neue Industrien verdrängt

Tất cả các ngành công nghiệp quốc gia được thành lập cũ đều bị đánh bật bởi các ngành công nghiệp mới

Ihre Einführung wird zu einer Frage von Leben und Tod für alle zivilisierten Völker

Sự giới thiệu của họ trở thành một câu hỏi sinh tử cho tất cả các quốc gia văn minh

Sie werden von Industrien verdrängt, die keine heimischen Rohstoffe mehr verarbeiten

Họ bị đánh bật bởi các ngành công nghiệp không còn làm việc với nguyên liệu thô bản địa

Stattdessen beziehen diese Industrien Rohstoffe aus den entlegensten Zonen

Thay vào đó, các ngành công nghiệp này kéo nguyên liệu thô từ các vùng xa xôi nhất

Industrien, deren Produkte nicht nur zu Hause, sondern in allen Teilen der Welt konsumiert werden

Các ngành công nghiệp có sản phẩm được tiêu thụ, không chỉ ở nhà, mà ở mỗi phần tư trên toàn cầu

An die Stelle der alten Bedürfnisse, die durch die Erzeugnisse des Landes befriedigt werden, treten neue Bedürfnisse

Thay vì những mong muốn cũ, được thỏa mãn bởi các sản phẩm của đất nước, chúng tôi tìm thấy những mong muốn mới

Diese neuen Bedürfnisse bedürfen zu ihrer Befriedigung der Produkte aus fernen Ländern und Klimazonen

Những mong muốn mới này đòi hỏi sự hài lòng của họ các sản phẩm của những vùng đất xa xôi và khí hậu

An die Stelle der alten lokalen und nationalen Abgeschiedenheit und Selbstversorgung tritt der Handel

Thay vì sự ẩn dật và tự cung tự cấp của địa phương và quốc gia cũ, chúng ta có thương mại

internationaler Austausch in alle Richtungen; universelle Interdependenz der Nationen

trao đổi quốc tế theo mọi hướng; sự phụ thuộc lẫn nhau phổ quát của các quốc gia

Und so wie wir von Materialien abhängig sind, so sind wir von der intellektuellen Produktion abhängig

Và cũng giống như chúng ta có sự phụ thuộc vào vật chất, vì vậy chúng ta phụ thuộc vào sản xuất trí tuệ

Die geistigen Schöpfungen der einzelnen Nationen werden zum Gemeingut

Những sáng tạo trí tuệ của từng quốc gia trở thành tài sản chung

Nationale Einseitigkeit und Engstirnigkeit werden immer unmöglicher

Sự phiến diện và hẹp hòi của quốc gia ngày càng trở nên bất khả thi

Und aus den zahlreichen nationalen und lokalen Literaturen entsteht eine Weltliteratur

Và từ nhiều nền văn học quốc gia và địa phương, đã nảy sinh một nền văn học thế giới

durch die rasche Verbesserung aller Produktionsmittel

bằng cách cải tiến nhanh chóng tất cả các công cụ sản xuất

durch die immens erleichterten Kommunikationsmittel

bằng các phương tiện truyền thông vô cùng thuận lợi

Die Bourgeoisie zieht alle (auch die barbarischsten Nationen) in die Zivilisation hinein

Giai cấp tư sản lôi kéo tất cả (ngay cả những quốc gia man rợ nhất) vào nền văn minh

Die billigen Preise seiner Waren; die schwere Artillerie, die alle chinesischen Mauern niederreißt

Giá rẻ của hàng hóa của nó; pháo hạng nặng đập sập tất cả các bức tường của Trung Quốc

Der hartnäckige Fremdenhass der Barbaren wird zur Kapitulation gezwungen

Lòng căm thù cố chấp mãnh liệt của những kẻ man rợ đối với người nước ngoài buộc phải đầu hàng

Sie zwingt alle Nationen, unter Androhung des Aussterbens, die Bourgeoisie Produktionsweise anzunehmen

Nó buộc tất cả các quốc gia, trên bờ vực tuyệt chủng, phải áp dụng phương thức sản xuất tư sản

Sie zwingt sie, das, was sie Zivilisation nennt, in ihre Mitte einzuführen

Nó buộc họ phải giới thiệu cái mà nó gọi là nền văn minh vào giữa họ

Die Bourgeoisie zwingt die Barbaren, selbst zur Bourgeoisie zu werden

Giai cấp tư sản buộc những kẻ man rợ trở thành chính giai cấp tư sản

mit einem Wort, die Bourgeoisie schafft sich eine Welt nach ihrem Bilde

nói một cách dễ hiểu, giai cấp tư sản tạo ra một thế giới theo hình ảnh của chính nó

Die Bourgeoisie hat das Land der Herrschaft der Städte unterworfen

Giai cấp tư sản đã đặt nông thôn dưới sự cai trị của các thị trấn

Sie hat riesige Städte geschaffen und die Stadtbevölkerung stark vergrößert

Nó đã tạo ra những thành phố khổng lồ và làm tăng đáng kể dân số đô thị

Sie rettete einen beträchtlichen Teil der Bevölkerung vor der Idiotie des Landlebens

Nó đã giải cứu một phần đáng kể dân số khỏi sự ngu ngốc của cuộc sống nông thôn

Aber sie hat die Menschen auf dem Lande von den Städten abhängig gemacht

Nhưng nó đã làm cho những người ở nông thôn phụ thuộc vào các thị trấn

Und ebenso hat sie die barbarischen Länder von den zivilisierten abhängig gemacht

Và tương tự như vậy, nó đã làm cho các quốc gia man rợ phụ thuộc vào những nước văn minh

Bauernnationen gegen Völker der Bourgeoisie, Osten gegen Westen

các quốc gia của nông dân trên các quốc gia của giai cấp tư sản, phương Đông trên phương Tây

Die Bourgeoisie beseitigt den zerstreuten Zustand der Bevölkerung mehr und mehr

Giai cấp tư sản ngày càng loại bỏ tình trạng phân tán của dân số

Sie hat die Produktion agglomeriert und das Eigentum in wenigen Händen konzentriert

Nó có sản xuất kết tụ, và đã tập trung tài sản trong một vài tay

Die notwendige Konsequenz daraus war eine politische Zentralisierung

Hậu quả cần thiết của việc này là tập trung hóa chính trị

Es gab unabhängige Nationen und lose miteinander verbundene Provinzen

Đã có các quốc gia độc lập và các tỉnh kết nối lỏng lẻo

Sie hatten getrennte Interessen, Gesetze, Regierungen und Steuersysteme

Họ có lợi ích, luật pháp, chính phủ và hệ thống thuế riêng biệt

Aber sie sind zu einer Nation zusammengeschmolzen, mit einer Regierung

Nhưng họ đã trở nên gộp lại với nhau thành một quốc gia, với một chính phủ

Sie haben jetzt ein nationales Klasseninteresse, eine Grenze und einen Zolltarif

Bây giờ họ có một lợi ích giai cấp quốc gia, một biên giới và một thuế quan hải quan

Und dieses nationale Klasseninteresse ist unter einem Gesetzbuch vereinigt

Và lợi ích giai cấp quốc gia này được thống nhất theo một bộ luật

die Bourgeoisie hat während ihrer knapp hundertjährigen Herrschaft viel erreicht

giai cấp tư sản đã đạt được nhiều thành tựu trong thời kỳ cai trị khan hiếm một trăm năm

massivere und kolossalere Produktivkräfte als alle vorhergehenden Generationen zusammen

lực lượng sản xuất khổng lồ và khổng lồ hơn tất cả các thế hệ trước cộng lại

Die Kräfte der Natur sind dem Willen des Menschen und seiner Maschinerie unterworfen

Các lực lượng của thiên nhiên bị khuất phục trước ý chí của con người và bộ máy của anh ta

Die Chemie wird auf alle Industrieformen und Landwirtschaftsformen angewendet

Hóa học được áp dụng cho tất cả các hình thức công nghiệp và các loại hình nông nghiệp

Dampfschiffahrt, Eisenbahnen, elektrische Telegraphen und die Druckerpresse

điều hướng hơi nước, đường sắt, điện báo và báo in

Rodung ganzer Kontinente für den Anbau, Kanalisierung von Flüssen

giải phóng mặt bằng toàn bộ lục địa để canh tác, kênh rạch hóa các con sông

ganze Populationen wurden aus dem Boden gezaubert und an die Arbeit gebracht

Toàn bộ dân số đã được gợi lên từ mặt đất và đưa vào hoạt động

Welches frühere Jahrhundert hatte auch nur eine Ahnung von dem, was entfesselt werden könnte?

Thế kỷ trước đó thậm chí còn có một dự cảm về những gì có thể được giải phóng?

Wer hat vorausgesagt, dass solche Produktivkräfte im Schoß der gesellschaftlichen Arbeit schlummern?

Ai dự đoán rằng lực lượng sản xuất như vậy ngủ quên trong lòng lao động xã hội?

Wir sehen also, daß die Produktions- und Tauschmittel in der feudalen Gesellschaft erzeugt wurden

Khi đó chúng ta thấy rằng tư liệu sản xuất và trao đổi đã được tạo ra trong xã hội phong kiến

die Produktionsmittel, auf deren Grundlage sich die Bourgeoisie aufbaute

tư liệu sản xuất mà giai cấp tư sản tự xây dựng trên nền tảng

Auf einer bestimmten Stufe der Entwicklung dieser Produktions- und Tauschmittel

Ở một giai đoạn nhất định trong sự phát triển của các phương tiện sản xuất và trao đổi này

die Bedingungen, unter denen die feudale Gesellschaft produzierte und tauschte

các điều kiện theo đó xã hội phong kiến sản xuất và trao đổi

Die feudale Organisation der Landwirtschaft und des verarbeitenden Gewerbes

Tổ chức phong kiến nông nghiệp và công nghiệp chế biến, chế tạo

Die feudalen Eigentumsverhältnisse waren mit den materiellen Verhältnissen nicht mehr vereinbar

quan hệ phong kiến về sở hữu không còn tương thích với điều kiện vật chất

Sie mussten gesprengt werden, also wurden sie auseinandergesprengt

Chúng phải được nổ tung dưới đây, vì vậy chúng bị nổ tung

An ihre Stelle trat die freie Konkurrenz der Produktivkräfte

Vào vị trí của họ bước cạnh tranh tự do từ các lực lượng sản xuất

Und sie wurden von einer ihr angepassten sozialen und politischen Verfassung begleitet

Và họ được kèm theo một hiến pháp xã hội và chính trị thích nghi với nó

und sie wurde begleitet von der ökonomischen und politischen Herrschaft der Bourgeoisie Klasse

và nó đi kèm với sự thống trị kinh tế và chính trị của giai cấp tư sản

Eine ähnliche Bewegung vollzieht sich vor unseren eigenen Augen

Một phong trào tương tự đang diễn ra trước mắt chúng ta

Die moderne Bourgeoisie Gesellschaft mit ihren Produktions-, Tausch- und Eigentumsverhältnissen

Xã hội tư sản hiện đại với quan hệ sản xuất, trao đổi và sở hữu

eine Gesellschaft, die so gigantische Produktions- und Tauschmittel heraufbeschworen hat

Một xã hội đã gợi lên những phương tiện sản xuất và trao đổi khổng lồ như vậy

Es ist wie der Zauberer, der die Mächte der Unterwelt heraufbeschworen hat

Nó giống như thầy phù thủy đã kêu gọi sức mạnh của thế giới Nether

Aber er ist nicht mehr in der Lage, zu kontrollieren, was er in die Welt gebracht hat

Nhưng anh ta không còn có thể kiểm soát những gì anh ta đã mang vào thế giới

**Viele Jahrzehnte lang war die vergangene Geschichte durch
einen roten Faden miteinander verbunden**

Trong nhiều thập kỷ qua, lịch sử được gắn liền với nhau bởi
một sợi chỉ chung

**Die Geschichte der Industrie und des Handels ist nichts
anderes als die Geschichte der Revolten**

Lịch sử của công nghiệp và thương mại đã được nhưng lịch sử
của các cuộc nổi dậy

**die Revolten der modernen Produktivkräfte gegen die
modernen Produktionsbedingungen**

các cuộc khởi nghĩa của lực lượng sản xuất hiện đại chống lại
điều kiện sản xuất hiện đại

**die Revolten der modernen Produktivkräfte gegen die
Eigentumsverhältnisse**

các cuộc nổi dậy của lực lượng sản xuất hiện đại chống lại
quan hệ sở hữu

**diese Eigentumsverhältnisse sind die Bedingungen für die
Existenz der Bourgeoisie**

những quan hệ tài sản này là điều kiện cho sự tồn tại của giai
cấp tư sản

**und die Existenz der Bourgeoisie bestimmt die Regeln der
Eigentumsverhältnisse**

và sự tồn tại của giai cấp tư sản quyết định các quy tắc cho
quan hệ sở hữu

**Es genügt, die periodische Wiederkehr von Handelskrisen
zu erwähnen**

Nó là đủ để đề cập đến sự trở lại định kỳ của các cuộc khủng
hoảng thương mại

**jede Handelskrise ist für die Bourgeoisie Gesellschaft
bedrohlicher als die letzte**

mỗi cuộc khủng hoảng thương mại đều đe dọa xã hội tư sản
nhiều hơn lần trước

**In diesen Krisen wird ein großer Teil der bestehenden
Produkte vernichtet**

Trong những cuộc khủng hoảng này, một phần lớn các sản
phẩm hiện có bị phá hủy

Diese Krisen zerstören aber auch die zuvor geschaffenen Produktivkräfte

Nhưng những cuộc khủng hoảng này cũng phá hủy các lực lượng sản xuất được tạo ra trước đó

In allen früheren Epochen wären diese Epidemien als Absurdität erschienen

Trong tất cả các kỷ nguyên trước đó, những dịch bệnh này dường như là một điều vô lý

denn diese Epidemien sind die kommerziellen Krisen der Überproduktion

Bởi vì những dịch bệnh này là cuộc khủng hoảng thương mại của sản xuất dư thừa

Die Gesellschaft befindet sich plötzlich wieder in einem Zustand der momentanen Barbarei

Xã hội đột nhiên thấy mình bị đưa trở lại trạng thái man rợ nhất thời

als ob ein allgemeiner Verwüstungskrieg jede Möglichkeit des Lebensunterhalts abgeschnitten hätte

Như thể một cuộc chiến tranh tàn phá toàn cầu đã cắt đứt mọi phương tiện sinh hoạt

Industrie und Handel scheinen zerstört worden zu sein; Und warum?

công nghiệp và thương mại dường như đã bị phá hủy; Và tại sao?

Weil es zu viel Zivilisation und Subsistenzmittel gibt

Bởi vì có quá nhiều nền văn minh và phương tiện sinh hoạt

Und weil es zu viel Industrie und zu viel Handel gibt

và bởi vì có quá nhiều ngành công nghiệp, và quá nhiều thương mại

Die Produktivkräfte, die der Gesellschaft zur Verfügung stehen, entwickeln nicht mehr das Bourgeoisie Eigentum

Lực lượng sản xuất theo ý của xã hội không còn phát triển tài sản tư sản

im Gegenteil, sie sind zu mächtig geworden für diese Verhältnisse, durch die sie gefesselt sind

Ngược lại, chúng đã trở nên quá mạnh mẽ đối với những điều kiện này, qua đó chúng bị trói buộc

sobald sie diese Fesseln überwunden haben, bringen sie Unordnung in die ganze Bourgeoisie Gesellschaft

ngay khi họ vượt qua những xiềng xích này, họ mang lại sự rối loạn cho toàn bộ xã hội tư sản

und die Produktivkräfte gefährden die Existenz des Bourgeoisie Eigentums

và lực lượng sản xuất gây nguy hiểm cho sự tồn tại của tài sản tư sản

Die Bedingungen der Bourgeoisie Gesellschaft sind zu eng, um den von ihnen geschaffenen Reichtum zu erfassen

Các điều kiện của xã hội tư sản quá hẹp để bao gồm sự giàu có do họ tạo ra

Und wie überwindet die Bourgeoisie diese Krisen?

Và làm thế nào để giai cấp tư sản vượt qua những cuộc khủng hoảng này?

Einerseits überwindet sie diese Krisen durch die erzwungene Vernichtung einer Masse von Produktivkräften

Một mặt, nó vượt qua những cuộc khủng hoảng này bằng cách cưỡng chế phá hủy một khối lượng lực lượng sản xuất

Andererseits überwindet sie diese Krisen durch die Eroberung neuer Märkte

Mặt khác, nó vượt qua những cuộc khủng hoảng này bằng cách chinh phục các thị trường mới

Und sie überwindet diese Krisen durch die gründlichere Ausbeutung der alten Produktivkräfte

Và nó vượt qua những khủng hoảng này bằng cách khai thác triệt để hơn các lực lượng sản xuất cũ

Das heißt, indem sie den Weg für umfangreichere und zerstörerischere Krisen ebnen

Điều đó có nghĩa là, bằng cách mở đường cho các cuộc khủng hoảng rộng lớn hơn và tàn phá hơn

Sie überwindet die Krise, indem sie die Mittel zur Krisenprävention einschränkt

Nó vượt qua cuộc khủng hoảng bằng cách giảm bớt các phương tiện nhờ đó các cuộc khủng hoảng được ngăn chặn

Die Waffen, mit denen die Bourgeoisie den Feudalismus zu Fall brachte, sind jetzt gegen sich selbst gerichtet

Những vũ khí mà giai cấp tư sản đã hạ gục chế độ phong kiến xuống đất giờ đây đã quay lưng lại với chính nó

Aber die Bourgeoisie hat nicht nur die Waffen geschmiedet, die sich selbst den Tod bringen

Nhưng giai cấp tư sản không chỉ rèn ra những vũ khí mang lại cái chết cho chính nó

Sie hat auch die Männer ins Leben gerufen, die diese Waffen führen sollen

Nó cũng đã kêu gọi sự tồn tại của những người đàn ông sẽ sử dụng những vũ khí đó

Und diese Männer sind die moderne Arbeiterklasse; Sie sind die Proletarier

và những người này là giai cấp công nhân hiện đại; Họ là những người vô sản

In dem Maße, wie die Bourgeoisie entwickelt ist, entwickelt sich auch das Proletariat

Tỷ lệ khi giai cấp tư sản phát triển, trong cùng một tỷ lệ là giai cấp vô sản phát triển

Die moderne Arbeiterklasse entwickelte eine Klasse von Arbeitern

Giai cấp công nhân hiện đại đã phát triển một giai cấp lao động

Diese Klasse von Arbeitern lebt nur so lange, wie sie Arbeit findet

Tầng lớp lao động này chỉ sống miễn là họ tìm được việc làm

Und sie finden nur so lange Arbeit, wie ihre Arbeit das Kapital vermehrt

Và họ chỉ tìm được việc làm miễn là lao động của họ tăng vốn

Diese Arbeiter, die sich stückweise verkaufen müssen, sind eine Ware

Những người lao động này, những người phải bán cho mình từng mảnh, là một mặt hàng

Diese Arbeiter sind wie jeder andere Handelsartikel
Những người lao động này giống như mọi mặt hàng thương mại khác

und sie sind folglich allen Wechselfällen des Wettbewerbs ausgesetzt
và do đó họ phải đối mặt với tất cả những thăng trầm của cạnh tranh

Sie müssen alle Schwankungen des Marktes überstehen
Họ phải vượt qua mọi biến động của thị trường

Aufgrund des umfangreichen Maschineneinsatzes und der Arbeitsteilung
Do việc sử dụng rộng rãi máy móc và phân công lao động

Die Arbeit der Proletarier hat jeden individuellen Charakter verloren
Công việc của những người vô sản đã mất hết tính cách cá nhân

Und folglich hat die Arbeit der Proletarier für den Arbeiter jeden Reiz verloren
Và hậu quả là, công việc của những người vô sản đã mất hết sức quyến rũ đối với người lao động

Er wird zu einem Anhängsel der Maschine und nicht mehr zu dem Mann, der er einmal war
Anh ta trở thành một phần phụ của cỗ máy, chứ không phải là người đàn ông anh ta từng là

Nur das einfachste, eintönigste und am leichtesten zu erwerbende Geschick wird von ihm verlangt
Chỉ cần có sở trường đơn giản, đơn điệu và dễ dàng nhất của anh ta

Daher sind die Produktionskosten eines Arbeiters begrenzt
Do đó, chi phí sản xuất của một công nhân bị hạn chế

sie beschränkt sich fast ausschließlich auf die Mittel zur Bestreitung des Lebensunterhalts, die er zu seinem Unterhalt benötigt
Nó bị giới hạn gần như hoàn toàn đối với các phương tiện sinh hoạt mà anh ta yêu cầu để bảo trì

und sie beschränkt sich auf die Subsistenzmittel, die er zur Fortpflanzung seiner Rasse benötigt

và nó bị giới hạn trong các phương tiện sinh hoạt mà anh ta yêu cầu để truyền bá chủng tộc của mình

Aber der Preis einer Ware, also auch der Arbeit, ist gleich ihren Produktionskosten

Nhưng giá của một hàng hóa, và do đó cũng là lao động, bằng với chi phí sản xuất của nó

In dem Maße also, wie die Widerwärtigkeit der Arbeit zunimmt, sinkt der Lohn

Do đó, theo tỷ lệ, khi sự ghê tởm của công việc tăng lên, tiền lương giảm

Ja, die Widerwärtigkeit seiner Arbeit nimmt sogar noch mehr zu

Không, sự ghê tởm trong công việc của anh ta tăng lên với tốc độ thậm chí còn lớn hơn

In dem Maße, wie der Einsatz von Maschinen und die Arbeitsteilung zunehmen, steigt auch die Last der Arbeit

Khi việc sử dụng máy móc và phân công lao động tăng lên, gánh nặng lao động cũng tăng lên

Die Arbeitsbelastung wird durch die Verlängerung der Arbeitszeit erhöht

gánh nặng của công việc vất vả được tăng lên bằng cách kéo dài thời gian làm việc

Dem Arbeiter wird in der gleichen Zeit mehr zugemutet als zuvor

Người lao động được mong đợi nhiều hơn trong cùng thời gian như trước đây

Und natürlich wird die Last der Arbeit durch die Geschwindigkeit der Maschinerie erhöht

Và tất nhiên gánh nặng của công việc vất vả được tăng lên bởi tốc độ của máy móc

Die moderne Industrie hat die kleine Werkstatt des patriarchalischen Meisters in die große Fabrik des industriellen Kapitalisten verwandelt

Công nghiệp hiện đại đã biến xưởng nhỏ của ông chủ gia trưởng thành nhà máy lớn của nhà tư bản công nghiệp

Massen von Arbeitern, die in die Fabrik gedrängt sind, sind wie Soldaten organisiert

Quần chúng lao động, chen chúc vào nhà máy, được tổ chức như những người lính

Als Gefreite der Industriearmee stehen sie unter dem Kommando einer vollkommenen Hierarchie von Offizieren und Unteroffizieren

Là binh nhì của quân đội công nghiệp, họ được đặt dưới sự chỉ huy của một hệ thống phân cấp hoàn hảo của các sĩ quan và trung sĩ

sie sind nicht nur die Sklaven der Bourgeoisie und des Staates

họ không chỉ là nô lệ của giai cấp tư sản và Nhà nước

Aber sie werden auch täglich und stündlich von der Maschine versklavt

Nhưng họ cũng bị máy móc nô lệ hàng ngày và hàng giờ

sie sind Sklaven des Aufsehers und vor allem des einzelnen Bourgeoisie Fabrikanten selbst

họ bị nô lệ bởi những người nhìn quá mức, và trên hết, bởi chính nhà sản xuất tư sản cá nhân

Je offener dieser Despotismus den Gewinn als seinen Zweck und sein Ziel proklamiert, desto kleinlicher, verhaßter und verbitterender ist er

Chế độ chuyên chế này càng công khai tuyên bố lợi ích là mục đích và mục đích của nó, thì càng nhỏ mọn, càng thù hận và càng cay đắng

Je mehr sich die moderne Industrie entwickelt, desto geringer sind die Unterschiede zwischen den Geschlechtern

Ngành công nghiệp càng phát triển, sự khác biệt giữa hai giới càng ít

Je geringer die Geschicklichkeit und Kraftanstrengung der Handarbeit ist, desto mehr wird die Arbeit der Männer von der der Frauen verdrängt

Kỹ năng và nỗ lực sức mạnh được ngụ ý trong lao động chân tay càng ít, thì lao động của nam giới càng bị thay thế bởi lao động của phụ nữ

Alters- und Geschlechtsunterschiede haben für die Arbeiterklasse keine besondere gesellschaftliche Gültigkeit mehr

Sự khác biệt về tuổi tác và giới tính không còn có bất kỳ giá trị xã hội đặc biệt nào đối với tầng lớp lao động

Alle sind Arbeitsinstrumente, die je nach Alter und Geschlecht mehr oder weniger teuer zu gebrauchen sind

Tất cả đều là công cụ lao động, ít nhiều tốn kém để sử dụng, theo độ tuổi và giới tính của họ

sobald der Arbeiter seinen Lohn in bar erhält, wird er von den übrigen Teilen der Bourgeoisie angegriffen

ngay khi người lao động nhận được tiền lương của mình bằng tiền mặt, hơn là anh ta được đặt ra bởi các bộ phận khác của giai cấp tư sản

der Vermieter, der Ladenbesitzer, der Pfandleiher usw

chủ nhà, chủ cửa hàng, người cầm đồ, v.v

Die unteren Schichten der Mittelschicht; die kleinen Handwerker und Ladenbesitzer

Các tầng lớp thấp hơn của tầng lớp trung lưu; những người buôn bán nhỏ và chủ cửa hàng

die pensionierten Gewerbetreibenden überhaupt, die Handwerker und Bauern

các thương nhân đã nghỉ hưu nói chung, và các thợ thủ công và nông dân

all dies sinkt allmählich in das Proletariat ein

tất cả những điều này chìm dần vào giai cấp vô sản

theils deshalb, weil ihr winziges Kapital nicht ausreicht für den Maßstab, in dem die moderne Industrie betrieben wird

một phần vì vốn nhỏ bé của họ không đủ cho quy mô mà ngành công nghiệp hiện đại được thực hiện

und weil sie in der Konkurrenz mit den Großkapitalisten überschwemmt wird

và bởi vì nó bị ngập trong cuộc cạnh tranh với các nhà tư bản lớn

zum Teil deshalb, weil ihr spezialisiertes Können durch die neuen Produktionsmethoden wertlos wird

Một phần vì kỹ năng chuyên môn của họ trở nên vô giá trị bởi các phương pháp sản xuất mới

So rekrutiert sich das Proletariat aus allen Klassen der Bevölkerung

Do đó, giai cấp vô sản được tuyển chọn từ tất cả các tầng lớp dân cư

Das Proletariat durchläuft verschiedene Entwicklungsstufen

Giai cấp vô sản trải qua các giai đoạn phát triển khác nhau

Mit ihrer Geburt beginnt der Kampf mit der Bourgeoisie

Với sự ra đời của nó bắt đầu cuộc đấu tranh với giai cấp tư sản

Zuerst wird der Kampf von einzelnen Arbeitern geführt

Lúc đầu, cuộc thi được thực hiện bởi từng người lao động

Dann wird der Kampf von den Arbeitern einer Fabrik ausgetragen

Sau đó, cuộc thi được thực hiện bởi các công nhân của một nhà máy

Dann wird der Kampf von den Arbeitern eines Gewerbes an einem Ort ausgetragen

Sau đó, cuộc thi được thực hiện bởi các hợp tác xã của một ngành nghề, ở một địa phương

und der Kampf richtet sich dann gegen die einzelne Bourgeoisie, die sie direkt ausbeutet

và cuộc thi sau đó chống lại giai cấp tư sản cá nhân trực tiếp bóc lột họ

Sie richten ihre Angriffe nicht gegen die Bourgeoisie Produktionsbedingungen

Họ chỉ đạo các cuộc tấn công của họ không chống lại các điều kiện sản xuất của giai cấp tư sản

aber sie richten ihren Angriff gegen die Produktionsmittel selbst

Nhưng họ chỉ đạo cuộc tấn công của họ chống lại chính các công cụ sản xuất

Sie vernichten importierte Waren, die mit ihrer Arbeitskraft konkurrieren

Họ phá hủy các sản phẩm nhập khẩu cạnh tranh với lao động của họ

Sie zertrümmern Maschinen und setzen Fabriken in Brand

Họ đập vỡ máy móc thành từng mảnh và họ đốt cháy các nhà máy

sie versuchen, den verschwundenen Status des Arbeiters des Mittelalters mit Gewalt wiederherzustellen

họ tìm cách khôi phục bằng vũ lực tình trạng đã biến mất của người lao động thời Trung cổ

In diesem Stadium bilden die Arbeiter noch eine unzusammenhängende Masse, die über das ganze Land verstreut ist

Ở giai đoạn này, những người lao động vẫn tạo thành một khối không mạch lạc nằm rải rác trên cả nước

und sie werden durch ihre gegenseitige Konkurrenz zerrissen

và họ bị phá vỡ bởi sự cạnh tranh lẫn nhau của họ

Wenn sie sich irgendwo zu kompakteren Körpern vereinigen, so ist dies noch nicht die Folge ihrer eigenen aktiven Vereinigung

Nếu bất cứ nơi nào họ hợp nhất để tạo thành các cơ quan nhỏ gọn hơn, đây vẫn chưa phải là kết quả của sự kết hợp tích cực của chính họ

aber es ist eine Folge der Vereinigung der Bourgeoisie, ihre eigenen politischen Ziele zu erreichen

nhưng đó là hậu quả của sự liên minh của giai cấp tư sản, để đạt được mục đích chính trị của riêng mình

die Bourgeoisie ist gezwungen, das ganze Proletariat in Bewegung zu setzen

giai cấp tư sản buộc phải vận động toàn bộ giai cấp vô sản

und überdies ist die Bourgeoisie eine Zeitlang dazu in der Lage

và hơn nữa, trong một thời gian, giai cấp tư sản có thể làm như vậy

In diesem Stadium kämpfen die Proletarier also nicht gegen ihre Feinde

Do đó, ở giai đoạn này, những người vô sản không chiến đấu với kẻ thù của họ

Stattdessen kämpfen sie gegen die Feinde ihrer Feinde

Nhưng thay vào đó, họ đang chiến đấu với kẻ thù của kẻ thù của họ

Der Kampf gegen die Überreste der absoluten Monarchie und die Großgrundbesitzer

Cuộc chiến tàn dư của chế độ quân chủ tuyệt đối và địa chủ;

sie bekämpfen die nicht-industrielle Bourgeoisie; das Kleiliche Bourgeoisie

họ chống lại giai cấp tư sản phi công nghiệp; giai cấp tư sản nhỏ

So ist die ganze historische Bewegung in den Händen der Bourgeoisie konzentriert

Do đó, toàn bộ phong trào lịch sử tập trung trong tay giai cấp tư sản

jeder so errungene Sieg ist ein Sieg der Bourgeoisie

mỗi thắng lợi có được là một chiến thắng cho giai cấp tư sản

Aber mit der Entwicklung der Industrie wächst nicht nur die Zahl des Proletariats

Nhưng với sự phát triển của công nghiệp, giai cấp vô sản không chỉ tăng về số lượng

das Proletariat konzentriert sich in größeren Massen und seine Kraft wächst

giai cấp vô sản trở nên tập trung trong quần chúng lớn hơn và sức mạnh của nó tăng lên

und das Proletariat spürt diese Kraft mehr und mehr

và giai cấp vô sản ngày càng cảm thấy sức mạnh đó

Die verschiedenen Interessen und Lebensbedingungen in den Reihen des Proletariats gleichen sich mehr und mehr an

Những lợi ích và điều kiện sống khác nhau trong hàng ngũ của giai cấp vô sản ngày càng bình đẳng hơn

sie werden in dem Maße größer, wie die Maschinerie alle Unterschiede der Arbeit verwischt

Chúng trở nên cân đối hơn khi máy móc xóa bỏ mọi sự phân biệt lao động

Und die Maschinen senken fast überall die Löhne auf das gleiche niedrige Niveau

Và máy móc gần như ở khắp mọi nơi đều giảm lương xuống mức thấp như nhau

Die wachsende Konkurrenz der Bourgeoisie und die daraus resultierenden Handelskrisen lassen die Löhne der Arbeiter immer schwankender

Sự cạnh tranh ngày càng tăng giữa giai cấp tư sản, và kết quả là các cuộc khủng hoảng thương mại, làm cho tiền lương của công nhân ngày càng biến động

Die unaufhörliche Verbesserung der sich immer schneller entwickelnden Maschinen macht ihren Lebensunterhalt immer prekärer

Sự cải tiến không ngừng của máy móc, ngày càng phát triển nhanh chóng, khiến sinh kế của họ ngày càng bấp bênh

die Kollisionen zwischen einzelnen Arbeitern und einzelnen Bourgeoisien nehmen immer mehr den Charakter von Zusammenstößen zwischen zwei Klassen an

sự va chạm giữa cá nhân công nhân và cá nhân giai cấp tư sản ngày càng có tính chất va chạm giữa hai giai cấp

Darauf beginnen die Arbeiter, sich gegen die Bourgeoisie zu verbünden (Gewerkschaften)

Sau đó, công nhân bắt đầu hình thành các tổ hợp (Công đoàn) chống lại giai cấp tư sản

Sie schließen sich zusammen, um die Löhne hoch zu halten

Họ câu lạc bộ với nhau để theo kịp tỷ lệ tiền lương

sie gründeten ständige Vereinigungen, um für diese gelegentlichen Revolten im voraus Vorsorge zu treffen

Họ tìm thấy các hiệp hội thường trực để cung cấp trước cho những cuộc nổi dậy không thường xuyên này

Hier und da bricht der Wettkampf in Ausschreitungen aus

Ở đây và ở đó, cuộc thi nổ ra thành bạo loạn

Hin und wieder siegen die Arbeiter, aber nur für eine gewisse Zeit

Bây giờ và sau đó các công nhân chiến thắng, nhưng chỉ trong một thời gian

Die wirkliche Frucht ihrer Kämpfe liegt nicht in den unmittelbaren Ergebnissen, sondern in der immer größer werdenden Vereinigung der Arbeiter

Thành quả thực sự của các trận chiến của họ không nằm ở kết quả trước mắt, mà nằm ở công đoàn ngày càng mở rộng của công nhân

Diese Vereinigung wird durch die verbesserten Kommunikationsmittel unterstützt, die von der modernen Industrie geschaffen werden

Liên minh này được giúp đỡ bởi các phương tiện truyền thông được cải thiện được tạo ra bởi ngành công nghiệp hiện đại

Die moderne Kommunikation bringt die Arbeiter verschiedener Orte miteinander in Kontakt

Truyền thông hiện đại đặt công nhân của các địa phương khác nhau tiếp xúc với nhau

Es war gerade dieser Kontakt, der nötig war, um die zahlreichen lokalen Kämpfe zu einem nationalen Kampf zwischen den Klassen zu zentralisieren

Chính sự tiếp xúc này là cần thiết để tập trung vô số cuộc đấu tranh địa phương thành một cuộc đấu tranh dân tộc giữa các giai cấp

Alle diese Kämpfe haben den gleichen Charakter, und jeder Klassenkampf ist ein politischer Kampf

Tất cả những cuộc đấu tranh này đều có cùng một đặc điểm, và mọi cuộc đấu tranh giai cấp đều là một cuộc đấu tranh chính trị

die Bürger des Mittelalters mit ihren elenden Landstraßen brauchten Jahrhunderte, um ihre Vereinigungen zu bilden

những người chăn nuôi thời Trung cổ, với những con đường cao tốc khốn khổ của họ, đòi hỏi nhiều thế kỷ để thành lập công đoàn của họ

Die modernen Proletarier erreichen dank der Eisenbahn ihre Gewerkschaften innerhalb weniger Jahre

Những người vô sản hiện đại, nhờ đường sắt, đạt được công đoàn của họ trong vòng một vài năm

Diese Organisation der Proletarier zu einer Klasse formte sie folglich zu einer politischen Partei

Tổ chức này của những người vô sản thành một giai cấp do đó hình thành họ thành một đảng chính trị

Die politische Klasse wird immer wieder durch die Konkurrenz zwischen den Arbeitern selbst verärgert

Tầng lớp chính trị liên tục bị đảo lộn một lần nữa bởi sự cạnh tranh giữa chính công nhân

Aber die politische Klasse erhebt sich weiter, stärker, fester, mächtiger

Nhưng giai cấp chính trị tiếp tục trỗi dậy một lần nữa, mạnh mẽ hơn, vững chắc hơn, mạnh mẽ hơn

Er zwingt zur gesetzgeberischen Anerkennung der besonderen Interessen der Arbeitnehmer

Nó buộc phải công nhận lập pháp về lợi ích cụ thể của người lao động

sie tut dies, indem sie sich die Spaltungen innerhalb der Bourgeoisie selbst zunutze macht

nó làm điều này bằng cách lợi dụng sự chia rẽ giữa chính giai cấp tư sản

Damit wurde das Zehnstundengesetz in England in Kraft gesetzt

Do đó, dự luật mười giờ ở Anh đã được đưa vào luật

in vielerlei Hinsicht ist der Zusammenstoß zwischen den Klassen der alten Gesellschaft ferner der Entwicklungsgang des Proletariats

theo nhiều cách, sự va chạm giữa các giai cấp của xã hội cũ hơn nữa là quá trình phát triển của giai cấp vô sản

Die Bourgeoisie befindet sich in einem ständigen Kampf

Giai cấp tư sản thấy mình tham gia vào một trận chiến liên tục

Zuerst wird sie sich in einem ständigen Kampf mit der Aristokratie wiederfinden

Lúc đầu, nó sẽ thấy mình tham gia vào một trận chiến liên tục với tầng lớp quý tộc

später wird sie sich in einem ständigen Kampf mit diesen Teilen der Bourgeoisie selbst wiederfinden

sau này nó sẽ thấy mình tham gia vào một trận chiến liên tục với những phần đó của chính giai cấp tư sản

und ihre Interessen werden dem Fortschritt der Industrie entgegengesetzt sein

và lợi ích của họ sẽ trở nên đối nghịch với sự tiến bộ của ngành công nghiệp

zu allen Zeiten werden ihre Interessen mit der Bourgeoisie fremder Länder in Konflikt geraten sein

lúc nào cũng vậy, lợi ích của họ sẽ trở nên đối nghịch với giai cấp tư sản nước ngoài

In allen diesen Kämpfen sieht sie sich genötigt, an das Proletariat zu appellieren, und bittet es um Hilfe

Trong tất cả những trận chiến này, nó thấy mình buộc phải kêu gọi giai cấp vô sản, và yêu cầu sự giúp đỡ của nó

Und so wird sie sich gezwungen sehen, sie in die politische Arena zu zerren

Và do đó, nó sẽ cảm thấy bắt buộc phải kéo nó vào vũ đài chính trị

Die Bourgeoisie selbst versorgt also das Proletariat mit ihren eigenen Instrumenten der politischen und allgemeinen Erziehung

Do đó, chính giai cấp tư sản cung cấp cho giai cấp vô sản những công cụ giáo dục chính trị và phổ thông của riêng mình

mit anderen Worten, sie liefert dem Proletariat Waffen für den Kampf gegen die Bourgeoisie

nói cách khác, nó cung cấp cho giai cấp vô sản vũ khí để chống lại giai cấp tư sản

Ferner werden, wie wir schon gesehen haben, ganze Schichten der herrschenden Klassen in das Proletariat hineingestürzt

Hơn nữa, như chúng ta đã thấy, toàn bộ các bộ phận của giai cấp thống trị bị kết tủa vào giai cấp vô sản

der Fortschritt der Industrie saugt sie in das Proletariat hinein

sự tiến bộ của công nghiệp hút họ vào giai cấp vô sản

oder zumindest sind sie in ihren Existenzbedingungen bedroht

Hoặc, ít nhất, họ bị đe dọa trong điều kiện tồn tại của họ

Diese versorgen auch das Proletariat mit frischen Elementen der Aufklärung und des Fortschritts

Những điều này cũng cung cấp cho giai cấp vô sản những yếu tố mới mẻ của sự giác ngộ và tiến bộ

Endlich, in Zeiten, in denen sich der Klassenkampf der entscheidenden Stunde nähert

Cuối cùng, trong những lúc cuộc đấu tranh giai cấp gần đến giờ quyết định

Der Auflösungsprozess innerhalb der herrschenden Klasse

Quá trình giải thể đang diễn ra trong giai cấp thống trị

In der Tat wird die Auflösung, die sich innerhalb der herrschenden Klasse vollzieht, in der gesamten Bandbreite der Gesellschaft zu spüren sein

Trên thực tế, sự tan rã đang diễn ra trong giai cấp thống trị sẽ được cảm nhận trong toàn bộ phạm vi xã hội

Sie wird einen so gewalttätigen, krassen Charakter annehmen, dass ein kleiner Teil der herrschenden Klasse sich selbst abtreibt

Nó sẽ mang một tính cách bạo lực, rõ ràng đến nỗi một bộ phận nhỏ của giai cấp thống trị tự cắt đứt

Und diese herrschende Klasse wird sich der revolutionären Klasse anschließen

và giai cấp thống trị đó sẽ gia nhập giai cấp cách mạng

Die revolutionäre Klasse ist die Klasse, die die Zukunft in ihren Händen hält

giai cấp cách mạng là giai cấp nắm giữ tương lai trong tay

Wie in früheren Zeiten ging ein Teil des Adels zur Bourgeoisie über

Cũng giống như thời kỳ trước, một bộ phận quý tộc đã chuyển sang giai cấp tư sản

ebenso wird ein Teil der Bourgeoisie zum Proletariat übergehen

giống như cách một bộ phận của giai cấp tư sản sẽ chuyển
sang giai cấp vô sản

**insbesondere wird ein Teil der Bourgeoisie zu einem Teil
der Bourgeoisie Ideologen übergehen**

đặc biệt, một bộ phận giai cấp tư sản sẽ chuyển sang một bộ
phận các nhà tư tưởng tư sản

**Bourgeoisie Ideologen, die sich auf die Ebene erhoben
haben, die historische Bewegung als Ganzes theoretisch zu
begreifen**

Các nhà tư tưởng tư sản đã tự nâng mình lên mức độ hiểu biết
về mặt lý thuyết toàn bộ phong trào lịch sử

**Von allen Klassen, die heute der Bourgeoisie
gegenüberstehen, ist das Proletariat allein eine wirklich
revolutionäre Klasse**

Trong tất cả các giai cấp đứng đối mặt với giai cấp tư sản ngày
nay, chỉ có giai cấp vô sản mới là giai cấp cách mạng thực sự

**Die anderen Klassen zerfallen und verschwinden
schließlich im Angesicht der modernen Industrie**

Các giai cấp khác phân rã và cuối cùng biến mất khi đối mặt
với Công nghiệp hiện đại

das Proletariat ist ihr besonderes und wesentliches Produkt

giai cấp vô sản là sản phẩm đặc biệt và thiết yếu của nó

**Die untere Mittelschicht, der kleine Fabrikant, der
Ladenbesitzer, der Handwerker, der Bauer**

Tầng lớp trung lưu thấp hơn, nhà sản xuất nhỏ, chủ cửa hàng,
nghệ nhân, nông dân

all diese Kämpfe gegen die Bourgeoisie

tất cả những cuộc chiến chống lại giai cấp tư sản

**Sie kämpfen als Fraktionen der Mittelschicht, um sich vor
dem Aussterben zu retten**

Họ chiến đấu như những phần nhỏ của tầng lớp trung lưu để
tự cứu mình khỏi sự tuyệt chủng

Sie sind also nicht revolutionär, sondern konservativ

Do đó, họ không phải là nhà cách mạng, mà là bảo thủ

**Ja, mehr noch, sie sind reaktionär, denn sie versuchen, das
Rad der Geschichte zurückzudrehen**

Hơn nữa, họ là những kẻ phản động, vì họ cố gắng quay ngược bánh xe lịch sử

Wenn sie zufällig revolutionär sind, so sind sie es nur im Hinblick auf ihre bevorstehende Überführung in das Proletariat

Nếu tình cờ họ là nhà cách mạng, họ chỉ vì vậy khi họ sắp chuyển sang giai cấp vô sản

Sie verteidigen also nicht ihre gegenwärtigen, sondern ihre zukünftigen Interessen

Do đó, họ không bảo vệ hiện tại của họ, mà là lợi ích tương lai của họ

sie verlassen ihren eigenen Standpunkt, um sich auf den des Proletariats zu stellen

họ từ bỏ quan điểm riêng của mình để đặt mình vào quan điểm của giai cấp vô sản

Die »gefährliche Klasse«, der soziale Abschaum, diese passiv verrottende Masse, die von den untersten Schichten der alten Gesellschaft abgeworfen wird

"Giai cấp nguy hiểm", cặn bã xã hội, khối lượng thối rữa thụ động bị vứt bỏ bởi các tầng lớp thấp nhất của xã hội cũ

sie können hier und da von einer proletarischen Revolution in die Bewegung hineingerissen werden

Họ có thể, ở đây và ở đó, bị cuốn vào phong trào bởi một cuộc cách mạng vô sản

Seine Lebensbedingungen bereiten ihn jedoch viel mehr auf die Rolle eines bestochenen Werkzeugs reaktionärer Intrigen vor

Tuy nhiên, điều kiện sống của nó chuẩn bị cho nó nhiều hơn cho một phần của một công cụ mua chuộc của âm mưu phản động

In den Verhältnissen des Proletariats sind die Verhältnisse der alten Gesellschaft im Allgemeinen bereits praktisch überschwemmt

Trong điều kiện của giai cấp vô sản, những người của xã hội cũ nói chung đã hầu như bị ngập lụt

Der Proletarier ist ohne Eigentum

Vô sản không có tài sản

sein Verhältnis zu Frau und Kindern hat mit den Familienverhältnissen der Bourgeoisie nichts mehr gemein

mối quan hệ của ông với vợ con không còn điểm chung với quan hệ gia đình của giai cấp tư sản

moderne industrielle Arbeit, moderne Unterwerfung unter das Kapital, dasselbe in England wie in Frankreich, in Amerika wie in Deutschland

lao động công nghiệp hiện đại, sự lệ thuộc hiện đại vào tư bản, giống nhau ở Anh như ở Pháp, ở Mỹ cũng như ở Đức

Seine Stellung in der Gesellschaft hat ihm jede Spur von nationalem Charakter genommen

Tình trạng của anh ta trong xã hội đã tước đi mọi dấu vết của nhân cách dân tộc

Gesetz, Moral, Religion sind für ihn so viele Bourgeoisie Vorurteile

Luật pháp, đạo đức, tôn giáo, đối với anh ta rất nhiều định kiến tư sản

und hinter diesen Vorurteilen lauern ebenso viele Bourgeoisie Interessen

và đằng sau những định kiến này ẩn nấp trong mai phục cũng như nhiều lợi ích tư sản

Alle vorhergehenden Klassen, die die Oberhand gewannen, versuchten, ihren bereits erworbenen Status zu festigen

Tất cả các tầng lớp trước đó chiếm thế thượng phong, đều tìm cách củng cố vị thế đã có được của họ

Sie taten dies, indem sie die Gesellschaft als Ganzes ihren Aneignungsbedingungen unterwarfen

Họ đã làm điều này bằng cách đặt xã hội nói chung vào các điều kiện chiếm đoạt của họ

Die Proletarier können nicht Herren der Produktivkräfte der Gesellschaft werden

Những người vô sản không thể làm chủ lực lượng sản xuất của xã hội

Sie kann dies nur tun, indem sie ihre eigene bisherige Aneignungsweise abschafft

Nó chỉ có thể làm điều này bằng cách bãi bỏ phương thức chiếm đoạt trước đây của chính họ

Und damit hebt sie auch jede andere bisherige Aneignungsweise auf

và do đó nó cũng bãi bỏ mọi phương thức chiếm đoạt khác trước đây

Sie haben nichts Eigenes zu sichern und zu festigen

Họ không có gì của riêng họ để bảo đảm và củng cố

Ihre Aufgabe ist es, alle bisherigen Sicherheiten und Versicherungen für individuelles Eigentum zu vernichten

Nhiệm vụ của họ là phá hủy tất cả các chứng khoán trước đây và bảo hiểm tài sản cá nhân

Alle bisherigen historischen Bewegungen waren Bewegungen von Minderheiten

Tất cả các phong trào lịch sử trước đây là phong trào của các dân tộc thiểu số

oder es handelte sich um Bewegungen im Interesse von Minderheiten

hoặc chúng là những phong trào vì lợi ích của các nhóm thiểu số

Die proletarische Bewegung ist die selbstbewusste, selbständige Bewegung der ungeheuren Mehrheit

Phong trào vô sản là phong trào tự giác, độc lập của đại đa số

Und es ist eine Bewegung im Interesse der großen Mehrheit

và đó là một phong trào vì lợi ích của đại đa số

Das Proletariat, die unterste Schicht unserer heutigen Gesellschaft

Giai cấp vô sản, tầng lớp thấp nhất của xã hội chúng ta hiện nay

Sie kann sich nicht regen oder erheben, ohne daß die ganze übergeordnete Schicht der offiziellen Gesellschaft in die Luft geschleudert wird

Nó không thể khuấy động hoặc tự nâng mình lên mà không có toàn bộ tầng lớp giám đốc đương nhiệm của xã hội chính thức được tung lên không trung

Der Kampf des Proletariats mit der Bourgeoisie ist, wenn auch nicht der Substanz nach, doch zunächst ein nationaler Kampf

Mặc dù không phải về bản chất, nhưng về hình thức, cuộc đấu tranh của giai cấp vô sản với giai cấp tư sản trước hết là cuộc đấu tranh dân tộc

Das Proletariat eines jeden Landes muss natürlich vor allem mit seiner eigenen Bourgeoisie abrechnen

Giai cấp vô sản của mỗi nước, tất nhiên, trước hết phải giải quyết vấn đề với giai cấp tư sản của chính mình

Indem wir die allgemeinsten Phasen der Entwicklung des Proletariats schilderten, verfolgten wir den mehr oder weniger verhüllten Bürgerkrieg

Khi mô tả các giai đoạn chung nhất của sự phát triển của giai cấp vô sản, chúng tôi đã truy tìm cuộc nội chiến ít nhiều được che đậy

Diese Zivilgesellschaft wütet in der bestehenden Gesellschaft

Dân sự này đang hoành hành trong xã hội hiện tại

Er wird bis zu dem Punkt wüten, an dem dieser Krieg in eine offene Revolution ausbricht

Nó sẽ hoành hành đến mức chiến tranh nổ ra thành cuộc cách mạng mở

und dann legt der gewaltsame Sturz der Bourgeoisie die Grundlage für die Herrschaft des Proletariats

và sau đó là sự lật đổ bạo lực của giai cấp tư sản đặt nền tảng cho sự thống trị của giai cấp vô sản

Bisher beruhte jede Gesellschaftsform, wie wir bereits gesehen haben, auf dem Antagonismus unterdrückender und unterdrückter Klassen

Cho đến nay, mọi hình thức xã hội đều dựa trên, như chúng ta đã thấy, dựa trên sự đối kháng của các giai cấp áp bức và áp bức

Um aber eine Klasse zu unterdrücken, müssen ihr gewisse Bedingungen zugesichert werden

Nhưng để áp bức một giai cấp, một số điều kiện nhất định phải được đảm bảo cho nó

Die Klasse muss unter Bedingungen gehalten werden, unter denen sie wenigstens ihre sklavische Existenz fortsetzen kann

Giai cấp phải được giữ trong những điều kiện mà ít nhất nó có thể tiếp tục sự tồn tại nô lệ của nó

Der Leibeigene erhob sich in der Zeit der Leibeigenschaft zum Mitglied der Kommune

Nông nô, trong thời kỳ nông nô, đã tự nâng mình lên thành viên trong xã

so wie es dem Kleinbourgeoisie unter dem Joch des feudalen Absolutismus gelang, sich zur Bourgeoisie zu entwickeln

giống như giai cấp tiểu tư sản, dưới ách thống trị của chế độ chuyên chế phong kiến, đã tìm cách phát triển thành giai cấp tư sản

Der moderne Arbeiter dagegen sinkt, anstatt sich mit dem Fortschritt der Industrie zu erheben, immer tiefer

Ngược lại, người lao động hiện đại, thay vì vươn lên cùng với sự tiến bộ của công nghiệp, lại ngày càng lún sâu hơn

Er sinkt unter die Existenzbedingungen seiner eigenen Klasse

Anh ta chìm xuống dưới các điều kiện tồn tại của giai cấp của chính mình

Er wird ein Bettler, und der Pauperismus entwickelt sich schneller als Bevölkerung und Reichtum

Anh ta trở thành một người nghèo khổ, và chủ nghĩa nghèo đói phát triển nhanh hơn dân số và sự giàu có

Und hier zeigt sich, dass die Bourgeoisie nicht mehr geeignet ist, die herrschende Klasse in der Gesellschaft zu sein

Và ở đây, rõ ràng là giai cấp tư sản không còn phù hợp để trở thành giai cấp thống trị trong xã hội

und sie ist ungeeignet, der Gesellschaft ihre Existenzbedingungen als übergeordnetes Gesetz aufzuzwingen

Và thật không thích hợp để áp đặt các điều kiện tồn tại của nó lên xã hội như một quy luật quan trọng hơn

Sie ist unfähig zu herrschen, weil sie unfähig ist, ihrem Sklaven in seiner Sklaverei eine Existenz zu sichern

Nó không thích hợp để cai trị bởi vì nó không đủ năng lực để đảm bảo sự tồn tại cho nô lệ của nó trong chế độ nô lệ của mình

denn sie kann nicht anders, als ihn in einen solchen Zustand sinken zu lassen, daß sie ihn ernähren muss, statt von ihm gefüttert zu werden

Bởi vì nó không thể không để anh ta chìm vào trạng thái như vậy, rằng nó phải nuôi anh ta, thay vì được anh ta cho ăn

Die Gesellschaft kann nicht länger unter dieser Bourgeoisie leben

Xã hội không còn có thể sống dưới giai cấp tư sản này

Mit anderen Worten, ihre Existenz ist nicht mehr mit der Gesellschaft vereinbar

Nói cách khác, sự tồn tại của nó không còn tương thích với xã hội

Die wesentliche Bedingung für die Existenz und die Herrschaft der Bourgeoisie Klasse ist die Bildung und Vermehrung des Kapitals

Điều kiện thiết yếu cho sự tồn tại, và cho sự thống trị của giai cấp tư sản, là sự hình thành và tăng cường tư bản

Die Bedingung für das Kapital ist Lohnarbeit

Điều kiện để có vốn là tiền lương-lao động

Die Lohnarbeit beruht ausschließlich auf der Konkurrenz zwischen den Arbeitern

Tiền lương-lao động hoàn toàn dựa trên sự cạnh tranh giữa những người lao động

Der Fortschritt der Industrie, deren unfreiwilliger Förderer die Bourgeoisie ist, tritt an die Stelle der Isolierung der Arbeiter

Sự tiến bộ của công nghiệp, mà người thúc đẩy không tự nguyện là giai cấp tư sản, thay thế sự cô lập của người lao động

durch die Konkurrenz, durch ihre revolutionäre Kombination, durch die Assoziation

do cạnh tranh, do sự kết hợp cách mạng của họ, do liên kết

Die Entwicklung der modernen Industrie schneidet ihr die Grundlage unter den Füßen weg, auf der die Bourgeoisie Produkte produziert und sich aneignet

Sự phát triển của Công nghiệp hiện đại cắt từ dưới chân nó chính nền tảng mà giai cấp tư sản sản xuất và chiếm đoạt sản phẩm

Was die Bourgeoisie vor allem produziert, sind ihre eigenen Totengräber

Những gì giai cấp tư sản sản xuất, trên hết, là những người đào mộ của chính nó

Der Sturz der Bourgeoisie und der Sieg des Proletariats sind gleichermaßen unvermeidlich

Sự sụp đổ của giai cấp tư sản và thắng lợi của giai cấp vô sản là không thể tránh khỏi

Proletarier und Kommunisten
Vô sản và Cộng sản

In welchem Verhältnis stehen die Kommunisten zu den Proletariern insgesamt?

Những người cộng sản có quan hệ gì với toàn thể những người vô sản?

Die Kommunisten bilden keine eigene Partei, die anderen Arbeiterparteien entgegengesetzt ist

Những người cộng sản không thành lập một đảng riêng biệt đối lập với các đảng của giai cấp công nhân khác

Sie haben keine Interessen, die von denen des Proletariats als Ganzes getrennt und getrennt sind

Họ không có lợi ích riêng biệt và tách biệt với lợi ích của giai cấp vô sản nói chung

Sie stellen keine eigenen sektiererischen Prinzipien auf, nach denen sie die proletarische Bewegung formen und formen könnten

Họ không thiết lập bất kỳ nguyên tắc bè phái nào của riêng họ, qua đó định hình và uốn nắn phong trào vô sản

Die Kommunisten unterscheiden sich von den anderen Arbeiterparteien nur durch zwei Dinge

Những người cộng sản được phân biệt với các đảng khác của giai cấp công nhân chỉ bởi hai điều;

Erstens: Sie weisen auf die gemeinsamen Interessen des gesamten Proletariats hin und bringen sie in den Vordergrund, unabhängig von jeder Nationalität

Thứ nhất, họ chỉ ra và đưa ra mặt trận lợi ích chung của toàn bộ giai cấp vô sản, độc lập với mọi dân tộc

Das tun sie in den nationalen Kämpfen der Proletarier der verschiedenen Länder

Điều này họ làm trong các cuộc đấu tranh dân tộc của những người vô sản ở các quốc gia khác nhau

Zweitens vertreten sie immer und überall die Interessen der gesamten Bewegung

Thứ hai, họ luôn luôn và ở khắp mọi nơi đại diện cho lợi ích của toàn bộ phong trào

das tun sie in den verschiedenen Entwicklungsstadien, die der Kampf der Arbeiterklasse gegen die Bourgeoisie zu durchlaufen hat

điều này họ làm trong các giai đoạn phát triển khác nhau, mà cuộc đấu tranh của giai cấp công nhân chống lại giai cấp tư sản phải trải qua

Die Kommunisten sind also auf der einen Seite praktisch der fortschrittlichste und entschiedenste Teil der Arbeiterparteien eines jeden Landes

Do đó, trên thực tế, những người cộng sản là bộ phận tiên tiến và kiên quyết nhất trong các đảng của giai cấp công nhân của mọi quốc gia

Sie sind der Teil der Arbeiterklasse, der alle anderen vorantreibt

Họ là bộ phận của giai cấp công nhân thúc đẩy tất cả những người khác tiến lên

Theoretisch haben sie auch den Vorteil, dass sie die Marschlinie klar verstehen

Về mặt lý thuyết, họ cũng có lợi thế là hiểu rõ dòng March

Das verstehen sie besser im Vergleich zu der großen Masse des Proletariats

Điều này họ hiểu rõ hơn so với đại đa số của giai cấp vô sản

Sie verstehen die Bedingungen und die letzten allgemeinen Ergebnisse der proletarischen Bewegung

Họ hiểu các điều kiện, và kết quả chung cuối cùng của phong trào vô sản

Das unmittelbare Ziel des Kommunisten ist dasselbe wie das aller anderen proletarischen Parteien

Mục tiêu trước mắt của Cộng sản cũng giống như tất cả các đảng vô sản khác

Ihr Ziel ist die Formierung des Proletariats zu einer Klasse

Mục đích của họ là hình thành giai cấp vô sản thành một giai cấp

sie zielen darauf ab, die Vorherrschaft der Bourgeoisie zu stürzen

họ nhằm lật đổ quyền lực tối cao của giai cấp tư sản

das Streben nach politischer Machteroberung durch das
Proletariat

nỗ lực chinh phục quyền lực chính trị của giai cấp vô sản

Die theoretischen Schlußfolgerungen der Kommunisten
beruhen in keiner Weise auf Ideen oder Prinzipien der
Reformer

Các kết luận lý thuyết của những người cộng sản hoàn toàn
không dựa trên ý tưởng hay nguyên tắc của các nhà cải cách

es waren keine Möchtegern-Universalreformer, die die
theoretischen Schlussfolgerungen der Kommunisten
erfunden oder entdeckt haben

đó không phải là những nhà cải cách phổ quát đã phát minh
ra hoặc khám phá ra những kết luận lý thuyết của những
người Cộng sản

Sie drücken lediglich in allgemeinen Begriffen tatsächliche
Verhältnisse aus, die aus einem bestehenden Klassenkampf
hervorgehen

Nói chung, chúng chỉ đơn thuần thể hiện các mối quan hệ
thực tế nảy sinh từ một cuộc đấu tranh giai cấp hiện có

Und sie beschreiben die historische Bewegung, die sich
unter unseren Augen abspielt und die diesen Klassenkampf
hervorgebracht hat

Và họ mô tả phong trào lịch sử đang diễn ra dưới con mắt của
chúng ta đã tạo ra cuộc đấu tranh giai cấp này

Die Abschaffung bestehender Eigentumsverhältnisse ist
keineswegs ein charakteristisches Merkmal des
Kommunismus

Việc bãi bỏ các quan hệ sở hữu hiện có hoàn toàn không phải
là một đặc điểm riêng biệt của chủ nghĩa cộng sản

Alle Eigentumsverhältnisse in der Vergangenheit waren
einem ständigen historischen Wandel unterworfen

Tất cả các quan hệ tài sản trong quá khứ đã liên tục chịu sự
thay đổi lịch sử

Und diese Veränderungen waren eine Folge der
Veränderung der historischen Bedingungen

Và những thay đổi này là kết quả của sự thay đổi trong điều kiện lịch sử

Die Französische Revolution zum Beispiel schaffte das Feudaleigentum zugunsten des Bourgeoisie Eigentums ab

Cách mạng Pháp, ví dụ, bãi bỏ tài sản phong kiến để ủng hộ tài sản tư sản

Das Unterscheidungsmerkmal des Kommunismus ist nicht die Abschaffung des Eigentums im Allgemeinen

Đặc điểm nổi bật của chủ nghĩa cộng sản không phải là bãi bỏ tài sản, nói chung

aber das Unterscheidungsmerkmal des Kommunismus ist die Abschaffung des Bourgeoisie Eigentums

nhưng đặc điểm nổi bật của chủ nghĩa cộng sản là xóa bỏ tài sản tư sản

Aber das Privateigentum der modernen Bourgeoisie ist der letzte und vollständigste Ausdruck des Systems der Produktion und Aneignung von Produkten

Nhưng sở hữu tư nhân tư sản hiện đại là biểu hiện cuối cùng và đầy đủ nhất của hệ thống sản xuất và chiếm đoạt sản phẩm

Es ist der Endzustand eines Systems, das auf Klassengegensätzen beruht, wobei der Klassenantagonismus die Ausbeutung der Vielen durch die Wenigen ist

Đó là trạng thái cuối cùng của một hệ thống dựa trên sự đối kháng giai cấp, trong đó sự đối kháng giai cấp là sự bóc lột của nhiều người bởi một số ít

In diesem Sinne läßt sich die Theorie der Kommunisten in einem einzigen Satz zusammenfassen; die Abschaffung des Privateigentums

Theo nghĩa này, lý thuyết về những người cộng sản có thể được tóm tắt trong một câu duy nhất; Xóa bỏ sở hữu tư nhân

Uns Kommunisten hat man vorgeworfen, das Recht auf persönlichen Eigentumserwerb abschaffen zu wollen

Những người cộng sản chúng tôi đã bị khiển trách với mong muốn bãi bỏ quyền sở hữu tài sản cá nhân

Es wird behauptet, dass diese Eigenschaft die Frucht der eigenen Arbeit eines Menschen ist

Người ta cho rằng tài sản này là thành quả lao động của chính một người đàn ông

Und diese Eigenschaft soll die Grundlage aller persönlichen Freiheit, Aktivität und Unabhängigkeit sein.

Và tài sản này được cho là nền tảng của tất cả các quyền tự do, hoạt động và độc lập cá nhân.

"Hart erkämpftes, selbst erworbenes, selbst verdientes Eigentum!"

"Khó thắng, tự mua, tự kiếm tài sản!"

Meinst du das Eigentum des kleinen Handwerkers und des Kleinbauern?

Ý bạn là tài sản của nghệ nhân nhỏ và của người nông dân nhỏ?

Meinen Sie eine Form des Eigentums, die der Bourgeoisie Form vorausging?

Ý bạn là một hình thức sở hữu đi trước hình thức tư sản?

Es ist nicht nötig, sie abzuschaffen, die Entwicklung der Industrie hat sie zum großen Teil bereits zerstört

Không cần phải bãi bỏ điều đó, sự phát triển của công nghiệp đã phá hủy nó ở một mức độ lớn

Und die Entwicklung der Industrie zerstört sie immer noch täglich

Và sự phát triển của ngành công nghiệp vẫn đang phá hủy nó hàng ngày

Oder meinen Sie das moderne Bourgeoisie Privateigentum?

Hay ý bạn là tài sản tư nhân tư sản hiện đại?

Aber schafft die Lohnarbeit irgendein Eigentum für den Arbeiter?

Nhưng lao động làm công ăn lương có tạo ra tài sản nào cho người lao động không?

Nein, die Lohnarbeit schafft nicht ein bisschen von dieser Art von Eigentum!

Không, lao động tiền lương không tạo ra một chút tài sản này!

Was Lohnarbeit schafft, ist Kapital; jene Art von Eigentum, das Lohnarbeit ausbeutet

những gì lao động làm công ăn lương tạo ra là vốn; loại tài sản bóc lột lao động tiền lương đó

Das Kapital kann sich nur unter der Bedingung vermehren, daß es ein neues Angebot an Lohnarbeit für neue Ausbeutung erzeugt

Tư bản không thể tăng trừ khi có điều kiện tạo ra một nguồn cung lao động tiền lương mới để khai thác mới

Das Eigentum in seiner jetzigen Form beruht auf dem Antagonismus von Kapital und Lohnarbeit

Tài sản, trong hình thức hiện tại của nó, dựa trên sự đối kháng của tư bản và tiền lương-lao động

Betrachten wir beide Seiten dieses Antagonismus

Chúng ta hãy xem xét cả hai mặt của sự đối kháng này

Kapitalist zu sein bedeutet nicht nur, einen rein persönlichen Status zu haben

Trở thành một nhà tư bản không chỉ là có một địa vị cá nhân thuần túy

Stattdessen bedeutet Kapitalist zu sein auch, einen sozialen Status in der Produktion zu haben

Thay vào đó, trở thành một nhà tư bản cũng là phải có địa vị xã hội trong sản xuất

weil Kapital ein kollektives Produkt ist; Nur durch das gemeinsame Handeln vieler Mitglieder kann sie in Gang gesetzt werden

vì vốn là sản phẩm tập thể; Chỉ bằng hành động thống nhất của nhiều thành viên, nó mới có thể được khởi động

Aber dieses gemeinsame Handeln ist der letzte Ausweg und erfordert eigentlich alle Mitglieder der Gesellschaft

Nhưng hành động thống nhất này là phương sách cuối cùng, và thực sự đòi hỏi tất cả các thành viên trong xã hội

Das Kapital verwandelt sich in das Eigentum aller Mitglieder der Gesellschaft

Vốn được chuyển đổi thành tài sản của tất cả các thành viên trong xã hội

aber das Kapital ist also keine persönliche Macht; Es ist eine gesellschaftliche Macht

nhưng Tư bản, do đó, không phải là một quyền lực cá nhân; Đó là một sức mạnh xã hội

Wenn also Kapital in gesellschaftliches Eigentum umgewandelt wird, so verwandelt sich dadurch nicht persönliches Eigentum in gesellschaftliches Eigentum

Vì vậy, khi tư bản được chuyển đổi thành tài sản xã hội, tài sản cá nhân không được chuyển thành tài sản xã hội

Nur der gesellschaftliche Charakter des Eigentums wird verändert und verliert seinen Klassencharakter

Nó chỉ là đặc tính xã hội của tài sản bị thay đổi, và mất đi tính chất giai cấp của nó

Betrachten wir nun die Lohnarbeit

Bây giờ chúng ta hãy nhìn vào tiền lương-lao động

Der Durchschnittspreis der Lohnarbeit ist der Mindestlohn, d.h. das Quantum der Lebensmittel

Giá trung bình của tiền lương-lao động là mức lương tối thiểu, tức là lượng tử của các phương tiện sinh hoạt

Dieser Lohn ist für die bloße Existenz als Arbeiter absolut notwendig

Mức lương này là hoàn toàn cần thiết trong sự tồn tại trần trụi của một người lao động

Was sich also der Lohnarbeiter durch seine Arbeit aneignet, genügt nur, um ein bloßes Dasein zu verlängern und zu reproduzieren

Do đó, những gì người lao động làm công ăn lương chiếm đoạt bằng lao động của mình, chỉ đủ để kéo dài và tái tạo một sự tồn tại trần trụi

Wir beabsichtigen keineswegs, diese persönliche Aneignung der Arbeitsprodukte abzuschaffen

Chúng tôi không có ý định xóa bỏ sự chiếm đoạt cá nhân này đối với các sản phẩm lao động

eine Aneignung, die für die Erhaltung und Reproduktion des menschlichen Lebens bestimmt ist

một sự chiếm đoạt được thực hiện để duy trì và sinh sản sự sống của con người

Eine solche persönliche Aneignung der Arbeitsprodukte lässt keinen Überschuss übrig, mit dem man die Arbeit anderer befehlen könnte

Việc chiếm đoạt cá nhân các sản phẩm lao động như vậy không để lại thặng dư để chỉ huy lao động của người khác

Alles, was wir beseitigen wollen, ist der erbärmliche Charakter dieser Aneignung

Tất cả những gì chúng ta muốn loại bỏ, là tính chất khốn khổ của sự chiếm đoạt này

die Aneignung, unter der der Arbeiter lebt, bloß um das Kapital zu vermehren

sự chiếm đoạt mà theo đó người lao động sống chỉ để tăng vốn

Er darf nur leben, soweit es das Interesse der herrschenden Klasse erfordert

Anh ta chỉ được phép sống trong chừng mực lợi ích của giai cấp thống trị đòi hỏi

In der Bourgeoisie Gesellschaft ist die lebendige Arbeit nur ein Mittel, um die akkumulierte Arbeit zu vermehren

Trong xã hội tư sản, lao động sống chỉ là phương tiện để tăng sức lao động tích lũy

In der kommunistischen Gesellschaft ist die akkumulierte Arbeit nur ein Mittel, um die Existenz des Arbeiters zu erweitern, zu bereichern und zu fördern

Trong xã hội cộng sản, lao động tích lũy chỉ là một phương tiện để mở rộng, làm giàu, thúc đẩy sự tồn tại của người lao động

In der Bourgeoisie Gesellschaft dominiert daher die Vergangenheit die Gegenwart

Do đó, trong xã hội tư sản, quá khứ thống trị hiện tại

In der kommunistischen Gesellschaft dominiert die Gegenwart die Vergangenheit

trong xã hội cộng sản, hiện tại thống trị quá khứ

In der Bourgeoisie Gesellschaft ist das Kapital unabhängig und hat Individualität

Trong xã hội tư sản, tư bản là độc lập và có tính cá nhân

In der Bourgeoisie Gesellschaft ist der lebende Mensch abhängig und hat keine Individualität

Trong xã hội tư sản, người sống phụ thuộc và không có cá tính

Und die Abschaffung dieses Zustandes wird von der Bourgeoisie als Abschaffung der Individualität und Freiheit bezeichnet!

Và việc bãi bỏ tình trạng này được giai cấp tư sản gọi là, xóa bỏ tính cá nhân và tự do!

Und man nennt sie mit Recht die Abschaffung von Individualität und Freiheit!

Và nó được gọi đúng là bãi bỏ tính cá nhân và tự do!

Der Kommunismus strebt die Abschaffung der Bourgeoisie Individualität an

Chủ nghĩa cộng sản nhằm xóa bỏ tính cá nhân tư sản

Der Kommunismus strebt die Abschaffung der Unabhängigkeit der Bourgeoisie an

Chủ nghĩa cộng sản có ý định xóa bỏ nền độc lập của giai cấp tư sản

Die BourgeoisieFreiheit ist zweifellos das, was der Kommunismus anstrebt

Tự do tư sản chắc chắn là điều mà chủ nghĩa cộng sản đang hướng tới

unter den gegenwärtigen Bourgeoisie Produktionsbedingungen bedeutet Freiheit freien Handel, freien Verkauf und freien Kauf

trong điều kiện sản xuất của giai cấp tư sản hiện nay, tự do có nghĩa là tự do thương mại, tự do mua bán

Aber wenn das Verkaufen und Kaufen verschwindet, verschwindet auch das freie Verkaufen und Kaufen

Nhưng nếu bán và mua biến mất, bán và mua tự do cũng biến mất

"Mutige Worte" der Bourgeoisie über den freien Verkauf und Kauf haben nur eine begrenzte Bedeutung

"Những lời dũng cảm" của giai cấp tư sản về mua bán tự do chi có ý nghĩa hạn chế

Diese Worte haben nur im Gegensatz zu eingeschränktem Verkauf und Kauf eine Bedeutung

Những từ này chỉ có ý nghĩa trái ngược với việc bán và mua bị hạn chế

und diese Worte haben nur dann eine Bedeutung, wenn sie auf die gefesselten Händler des Mittelalters angewandt werden

và những từ này chỉ có ý nghĩa khi áp dụng cho các thương nhân bị trói buộc của thời Trung cổ

und das setzt voraus, dass diese Worte überhaupt eine Bedeutung im Bourgeoisie Sinne haben

và điều đó giả định những từ này thậm chí có ý nghĩa theo nghĩa tư sản

aber diese Worte haben keine Bedeutung, wenn sie gebraucht werden, um sich gegen die kommunistische Abschaffung des Kaufens und Verkaufens zu wehren

nhưng những từ này không có ý nghĩa khi chúng được sử dụng để phản đối việc Cộng sản bãi bỏ mua và bán

die Worte haben keine Bedeutung, wenn sie gebraucht werden, um sich gegen die Abschaffung der Bourgeoisie Produktionsbedingungen zu wehren

những từ ngữ không có ý nghĩa khi chúng được sử dụng để chống lại các điều kiện sản xuất của giai cấp tư sản bị xóa bỏ

und sie haben keine Bedeutung, wenn sie benutzt werden, um sich gegen die Abschaffung der Bourgeoisie selbst zu wehren

và chúng không có ý nghĩa gì khi chúng được sử dụng để chống lại chính giai cấp tư sản bị xóa bỏ

Sie sind entsetzt über unsere Absicht, das Privateigentum abzuschaffen

Bạn kinh hoàng trước ý định của chúng tôi để loại bỏ tài sản tư nhân

Aber in eurer jetzigen Gesellschaft ist das Privateigentum für neun Zehntel der Bevölkerung bereits abgeschafft

Nhưng trong xã hội hiện tại của bạn, tài sản tư nhân đã bị xóa bỏ cho chín phần mười dân số

Die Existenz des Privateigentums für einige wenige beruht einzig und allein darauf, dass es in den Händen von neun Zehnteln der Bevölkerung nicht existiert

Sự tồn tại của tài sản tư nhân đối với một số ít chỉ là do nó không tồn tại trong tay chín phần mười dân số

Sie werfen uns also vor, daß wir eine Form des Eigentums abschaffen wollen

Do đó, bạn trách móc chúng tôi với ý định loại bỏ một hình thức tài sản

Aber das Privateigentum erfordert für die ungeheure Mehrheit der Gesellschaft die Nichtexistenz jeglichen Eigentums

Nhưng sở hữu tư nhân đòi hỏi sự không tồn tại của bất kỳ tài sản nào đối với đại đa số xã hội

Mit einem Wort, Sie werfen uns vor, daß wir Ihr Eigentum beseitigen wollen

Nói một cách dễ hiểu, bạn trách móc chúng tôi với ý định lấy đi tài sản của bạn

Und genau so ist es; Ihr Eigentum abzuschaffen, ist genau das, was wir beabsichtigen

Và nó chính xác là như vậy; loại bỏ Tài sản của bạn chỉ là những gì chúng tôi dự định

Von dem Augenblick an, wo die Arbeit nicht mehr in Kapital, Geld oder Rente verwandelt werden kann

Từ thời điểm lao động không còn có thể được chuyển đổi thành vốn, tiền hoặc tiền thuê

wenn die Arbeit nicht mehr in eine gesellschaftliche Macht umgewandelt werden kann, die monopolisiert werden kann

khi lao động không còn có thể được chuyển đổi thành một quyền lực xã hội có khả năng độc quyền

von dem Augenblick an, wo das individuelle Eigentum nicht mehr in Bourgeoisie Eigentum verwandelt werden kann

từ thời điểm tài sản cá nhân không còn có thể chuyển hóa
thành tài sản tư sản

**von dem Augenblick an, wo das individuelle Eigentum
nicht mehr in Kapital verwandelt werden kann**

từ thời điểm tài sản cá nhân không còn có thể chuyển thành
vốn

**Von diesem Moment an sagst du, dass die Individualität
verschwindet**

Từ lúc đó, bạn nói rằng tính cá nhân biến mất

**Sie müssen also gestehen, daß Sie mit »Individuum« keine
andere Person meinen als die Bourgeoisie**

Do đó, bạn phải thú nhận rằng "cá nhân" không có nghĩa là
người nào khác ngoài giai cấp tư sản

**Sie müssen zugeben, dass es sich speziell auf den
Bourgeoisie Eigentümer von Immobilien bezieht**

Bạn phải thú nhận rằng nó đặc biệt đề cập đến chủ sở hữu tài
sản trung lưu

**Diese Person muss in der Tat aus dem Weg geräumt und
unmöglich gemacht werden**

Người này, quả nhiên phải bị quét sạch, làm cho không thể

**Der Kommunismus beraubt niemanden der Macht, sich die
Produkte der Gesellschaft anzueignen**

Chủ nghĩa cộng sản không tước đoạt quyền lực của bất kỳ ai
để chiếm đoạt các sản phẩm của xã hội

**Alles, was der Kommunismus tut, ist, ihm die Macht zu
nehmen, die Arbeit anderer durch eine solche Aneignung zu
unterjochen**

tất cả những gì chủ nghĩa cộng sản làm là tước đoạt quyền lực
của anh ta để khuất phục lao động của người khác bằng cách
chiếm đoạt như vậy

**Man hat eingewendet, daß mit der Abschaffung des
Privateigentums alle Arbeit aufhören werde**

Người ta đã phản đối rằng khi bãi bỏ tài sản tư nhân, tất cả các
công việc sẽ chấm dứt

**Und dann wird suggeriert, dass uns die universelle Faulheit
überwältigen wird**

Và sau đó người ta cho rằng sự lười biếng phổ quát sẽ vượt
qua chúng ta

**Demnach hätte die BourgeoisieGesellschaft schon längst vor
lauter Müßiggang vor die Hunde gehen müssen**

Theo đó, xã hội tư sản từ lâu đã phải đến với những thông qua
sự nhàn rỗi tuyệt đối

**denn diejenigen ihrer Mitglieder, die arbeiten, erwerben
nichts**

Bởi vì những thành viên của nó làm việc, không thu được gì

**und diejenigen von ihren Mitgliedern, die etwas erwerben,
arbeiten nicht**

và những thành viên của nó có được bất cứ điều gì, không
hoạt động

**Der ganze Einwand ist nur ein weiterer Ausdruck der
Tautologie**

Toàn bộ sự phản đối này chỉ là một biểu hiện khác của
tautology

**Es kann keine Lohnarbeit mehr geben, wenn es kein Kapital
mehr gibt**

không còn lao động làm công ăn lương khi không còn vốn

**Es gibt keinen Unterschied zwischen materiellen und
mentalen Produkten**

Không có sự khác biệt giữa sản phẩm vật chất và sản phẩm
tinh thần

**Der Kommunismus schlägt vor, dass beides auf die gleiche
Weise produziert wird**

Chủ nghĩa cộng sản đề xuất cả hai đều được sản xuất theo
cùng một cách

**aber die Einwände gegen die kommunistischen
Produktionsweisen sind dieselben**

nhưng những phản đối chống lại các phương thức sản xuất
này của Cộng sản là như nhau

**Für die Bourgeoisie ist das Verschwinden des
Klasseneigentums das Verschwinden der Produktion selbst**

đối với giai cấp tư sản, sự biến mất của tài sản giai cấp là sự
biến mất của chính sản xuất

So ist für ihn das Verschwinden der Klassenkultur identisch mit dem Verschwinden aller Kultur

Vì vậy, sự biến mất của văn hóa giai cấp đối với anh ta giống hệt với sự biến mất của tất cả các nền văn hóa

Diese Kultur, deren Verlust er beklagt, ist für die überwiegende Mehrheit ein bloßes Training, um als Maschine zu agieren

Nền văn hóa đó, sự mất mát mà ông than thở, đối với đại đa số chỉ là một sự đào tạo đơn thuần để hoạt động như một cỗ máy

Die Kommunisten haben die Absicht, die Kultur des Bourgeoisie Eigentums abzuschaffen

Những người cộng sản rất có ý định xóa bỏ văn hóa sở hữu tư sản

Aber zankt euch nicht mit uns, solange ihr den Maßstab eurer Bourgeoisie Vorstellungen von Freiheit, Kultur, Recht usw. anlegt

Nhưng đừng tranh cãi với chúng tôi miễn là bạn áp dụng tiêu chuẩn của các quan niệm tư sản của bạn về tự do, văn hóa, pháp luật, v.v

Eure Ideen selbst sind nur die Auswüchse der Bedingungen eurer Bourgeoisie Produktion und eures Bourgeoisie Eigentums

Chính tư tưởng của các bạn chỉ là kết quả của các điều kiện sản xuất tư sản và tài sản tư sản của các bạn

so wie eure Jurisprudenz nichts anderes ist als der Wille eurer Klasse, der zum Gesetz für alle gemacht wurde

Cũng giống như luật học của bạn là những ý chí của giai cấp bạn được tạo thành luật cho tất cả mọi người

Der wesentliche Charakter und die Richtung dieses Willens werden durch die ökonomischen Bedingungen bestimmt, die Ihre soziale Klasse schafft

Đặc tính và hướng đi thiết yếu của ý chí này được xác định bởi các điều kiện kinh tế mà tầng lớp xã hội của bạn tạo ra

Der selbstsüchtige Irrtum, der dich veranlaßt, soziale Formen in ewige Gesetze der Natur und der Vernunft zu verwandeln

Quan niệm sai lầm ích kỷ khiến bạn biến đổi các hình thức xã hội thành quy luật vĩnh cửu của tự nhiên và lý trí

die gesellschaftlichen Formen, die aus eurer gegenwärtigen Produktionsweise und Eigentumsform entspringen

Các hình thức xã hội nảy sinh từ phương thức sản xuất và hình thức sở hữu hiện tại của bạn

historische Beziehungen, die im Fortschritt der Produktion auf- und verschwinden

quan hệ lịch sử tăng và biến mất trong quá trình sản xuất

Dieses Missverständnis teilt ihr mit jeder herrschenden Klasse, die euch vorausgegangen ist

Quan niệm sai lầm này bạn chia sẻ với mọi giai cấp thống trị đã đi trước bạn

Was Sie bei antikem Eigentum klar sehen, was Sie bei feudalem Eigentum zugeben

Những gì bạn thấy rõ trong trường hợp tài sản cổ, những gì bạn thừa nhận trong trường hợp sở hữu phong kiến

diese Dinge dürfen Sie natürlich nicht zugeben, wenn es sich um Ihre eigene BourgeoisieEigentumsform handelt

những điều này tất nhiên bạn bị cấm thừa nhận trong trường hợp hình thức sở hữu tư sản của riêng bạn

Abschaffung der Familie! Selbst die Radikalsten entrüsten sich über diesen infamen Vorschlag der Kommunisten

Bãi bỏ gia đình! Ngay cả những người cực đoan nhất cũng bùng lên trước đề xuất khét tiếng này của những người Cộng sản

Auf welcher Grundlage beruht die heutige Familie, die BourgeoisieFamilie?

Gia đình hiện nay, gia đình tư sản, dựa trên nền tảng nào?

Die Gründung der heutigen Familie beruht auf Kapital und privatem Gewinn

Nền tảng của gia đình hiện tại dựa trên vốn và lợi ích tư nhân

In ihrer voll entwickelten Form existiert diese Familie nur unter der Bourgeoisie

Ở dạng hoàn toàn phát triển, gia đình này chỉ tồn tại trong giai cấp tư sản

Dieser Zustand der Dinge findet seine Ergänzung in der praktischen Abwesenheit der Familie bei den Proletariern

Tình trạng này tìm thấy sự bổ sung của nó trong sự vắng mặt thực tế của gia đình giữa những người vô sản

Dieser Zustand ist in der öffentlichen Prostitution zu finden

Tình trạng này có thể được tìm thấy trong mại dâm công cộng

Die BourgeoisieFamilie wird wie selbstverständlich verschwinden, wenn ihr Komplement verschwindet

Gia đình tư sản sẽ biến mất như một lẽ tất nhiên khi sự bổ sung của nó biến mất

Und beides wird mit dem Verschwinden des Kapitals verschwinden

Và cả hai ý chí này sẽ biến mất cùng với sự biến mất của tư bản

Werfen Sie uns vor, dass wir die Ausbeutung von Kindern durch ihre Eltern stoppen wollen?

Bạn có buộc tội chúng tôi muốn ngăn chặn sự bóc lột trẻ em của cha mẹ chúng không?

Diesem Verbrechen bekennen wir uns schuldig

Đối với tội ác này, chúng tôi nhận tội

Aber, werden Sie sagen, wir zerstören die heiligsten Beziehungen, wenn wir die häusliche Erziehung durch die soziale Erziehung ersetzen

Nhưng, bạn sẽ nói, chúng ta phá hủy những mối quan hệ thiêng liêng nhất, khi chúng ta thay thế giáo dục gia đình bằng giáo dục xã hội

Ist Ihre Erziehung nicht auch sozial? Und wird sie nicht von den gesellschaftlichen Bedingungen bestimmt, unter denen man erzieht?

Có phải giáo dục của bạn cũng không phải là xã hội? Và nó không được xác định bởi các điều kiện xã hội mà bạn giáo dục?

durch direkte oder indirekte Eingriffe in die Gesellschaft, durch Schulen usw.

bằng sự can thiệp, trực tiếp hoặc gián tiếp, của xã hội, bằng phương tiện của trường học, v.v.

Die Kommunisten haben die Einmischung der Gesellschaft in die Erziehung nicht erfunden

Những người cộng sản đã không phát minh ra sự can thiệp của xã hội vào giáo dục

Sie versuchen lediglich, den Charakter dieses Eingriffs zu ändern

Họ làm nhưng tìm cách thay đổi tính chất của sự can thiệp đó

Und sie versuchen, das Bildungswesen vor dem Einfluss der herrschenden Klasse zu retten

Và họ tìm cách giải cứu giáo dục khỏi ảnh hưởng của giai cấp thống trị

Die Bourgeoisie spricht von der geheiligten Beziehung von Eltern und Kind

Giai cấp tư sản nói về mối quan hệ đồng cảm thiêng liêng của cha mẹ và con cái

aber dieses Geschwätz über die Familie und die Erziehung wird um so widerwärtiger, wenn wir die moderne Industrie betrachten

nhưng cái bẫy vỗ tay về gia đình và giáo dục này càng trở nên kinh tởm hơn khi chúng ta nhìn vào ngành công nghiệp hiện đại

Alle Familienbande unter den Proletariern werden durch die moderne Industrie zerrissen

Tất cả các mối quan hệ gia đình giữa những người vô sản đều bị xé nát bởi ngành công nghiệp hiện đại

ihre Kinder werden zu einfachen Handelsartikeln und Arbeitsinstrumenten

Con cái của họ được biến đổi thành những vật phẩm thương mại và công cụ lao động đơn giản

Aber ihr Kommunisten würdet eine Gemeinschaft von Frauen schaffen, schreit die ganze Bourgeoisie im Chor

Nhưng những người cộng sản các bạn sẽ tạo ra một cộng đồng phụ nữ, hét lên toàn bộ giai cấp tư sản trong điệp khúc

Die Bourgeoisie sieht in seiner Frau ein bloßes Produktionsinstrument

Giai cấp tư sản nhìn thấy ở vợ mình một công cụ sản xuất đơn thuần

Er hört, dass die Produktionsmittel von allen ausgebeutet werden sollen

Anh ta nghe nói rằng các công cụ sản xuất sẽ được khai thác bởi tất cả mọi người

Und natürlich kann er zu keinem anderen Schluß kommen, als daß das Los, allen gemeinsam zu sein, auch den Frauen zufallen wird

Và, một cách tự nhiên, anh ta không thể đi đến kết luận nào khác ngoài việc rất nhiều điều phổ biến đối với tất cả mọi người cũng sẽ rơi vào phụ nữ

Er hat nicht einmal den geringsten Verdacht, dass es in Wirklichkeit darum geht, die Stellung der Frau als bloße Produktionsinstrumente abzuschaffen

Ông thậm chí không nghi ngờ rằng mục đích thực sự là loại bỏ địa vị của phụ nữ chỉ là công cụ sản xuất

Im übrigen ist nichts lächerlicher als die tugendhafte Empörung unserer Bourgeoisie über die Gemeinschaft der Frauen

Đối với phần còn lại, không có gì lố bịch hơn sự phẫn nộ đạo đức của giai cấp tư sản chúng ta đối với cộng đồng phụ nữ

sie tun so, als ob sie von den Kommunisten offen und offiziell eingeführt werden sollte

họ giả vờ rằng nó được thành lập công khai và chính thức bởi những người Cộng sản

Die Kommunisten haben es nicht nötig, die Gemeinschaft der Frauen einzuführen, sie existiert fast seit undenklichen Zeiten

Những người cộng sản không cần phải giới thiệu cộng đồng phụ nữ, nó đã tồn tại gần như từ thời xa xưa

Unsere Bourgeoisie begnügt sich nicht damit, die Frauen
und Töchter ihrer Proletarier zur Verfügung zu haben

Giai cấp tư sản của chúng ta không bằng lòng với việc có vợ
và con gái của những người vô sản theo ý của họ

**Sie haben das größte Vergnügen daran, ihre Frauen
gegenseitig zu verführen**

Họ có niềm vui lớn nhất trong việc quyến rũ vợ của nhau

**Und das ist noch nicht einmal von gewöhnlichen
Prostituierten zu sprechen**

Và điều đó thậm chí không nói đến gái mại dâm thông thường

**Die BourgeoisieEhe ist in Wirklichkeit ein System
gemeinsamer Ehefrauen**

Hôn nhân tư sản trên thực tế là một hệ thống chung của
những người vợ

**dann gibt es eine Sache, die man den Kommunisten
vielleicht vorwerfen könnte**

thì có một điều mà những người Cộng sản có thể bị khiển
trách

**Sie wollen eine offen legalisierte Gemeinschaft von Frauen
einführen**

Họ mong muốn giới thiệu một cộng đồng phụ nữ được hợp
pháp hóa công khai

statt einer heuchlerisch verhüllten Gemeinschaft von Frauen

chứ không phải là một cộng đồng phụ nữ bị che giấu một cách
đạo đức giả

**Die Gemeinschaft der Frauen, die aus dem
Produktionssystem hervorgegangen ist**

Cộng đồng phụ nữ xuất phát từ hệ thống sản xuất

**Schafft das Produktionssystem ab, und ihr schafft die
Gemeinschaft der Frauen ab**

Bãi bỏ hệ thống sản xuất, và bạn xóa bỏ cộng đồng phụ nữ

**Sowohl die öffentliche Prostitution als auch die private
Prostitution wird abgeschafft**

cả mại dâm công cộng đều bị bãi bỏ, và mại dâm tư nhân

**Den Kommunisten wird noch dazu vorgeworfen, sie wollten
Länder und Nationalitäten abschaffen**

Những người cộng sản còn bị khiển trách nhiều hơn với mong muốn xóa bỏ các quốc gia và quốc tịch

Die Arbeiter haben kein Vaterland, also können wir ihnen nicht nehmen, was sie nicht haben

Những người lao động không có đất nước, vì vậy chúng ta không thể lấy đi của họ những gì họ không có

Das Proletariat muss vor allem die politische Herrschaft erlangen

Giai cấp vô sản trước hết phải giành được quyền lực chính trị tối cao

Das Proletariat muss sich zur führenden Klasse der Nation erheben

giai cấp vô sản phải vươn lên làm giai cấp lãnh đạo dân tộc

Das Proletariat muss sich zur Nation konstituieren

giai cấp vô sản phải tự tạo thành dân tộc

sie ist bis jetzt selbst national, wenn auch nicht im Bourgeoisie Sinne des Wortes

cho đến nay, bản thân nó là quốc gia, mặc dù không theo nghĩa tư sản của từ này

Nationale Unterschiede und Gegensätze zwischen den Völkern verschwinden täglich mehr und mehr

Sự khác biệt và đối kháng quốc gia giữa các dân tộc ngày càng biến mất

der Entwicklung der Bourgeoisie, der Freiheit des Handels, des Weltmarktes

do sự phát triển của giai cấp tư sản, tự do thương mại, thị trường thế giới

zur Gleichförmigkeit der Produktionsweise und der ihr entsprechenden Lebensbedingungen

đến sự đồng nhất trong phương thức sản xuất và trong các điều kiện của cuộc sống tương ứng với nó

Die Herrschaft des Proletariats wird sie noch schneller verschwinden lassen

Quyền lực tối cao của giai cấp vô sản sẽ khiến họ biến mất nhanh hơn nữa

Die einheitliche Aktion, wenigstens der führenden zivilisierten Länder, ist eine der ersten Bedingungen für die Befreiung des Proletariats

Hành động thống nhất, ít nhất là của các nước văn minh hàng đầu, là một trong những điều kiện đầu tiên để giải phóng giai cấp vô sản

In dem Maße, wie der Ausbeutung eines Individuums durch ein anderes ein Ende gesetzt wird, wird auch der Ausbeutung einer Nation durch eine andere ein Ende gesetzt.

Theo tỷ lệ khi sự bóc lột của một cá nhân bởi một cá nhân khác được chấm dứt, sự bóc lột của một quốc gia bởi một quốc gia khác cũng sẽ được chấm dứt

In dem Maße, wie der Antagonismus zwischen den Klassen innerhalb der Nation verschwindet, wird die Feindschaft einer Nation gegen die andere ein Ende haben

Tỷ lệ thuận với sự đối kháng giữa các giai cấp trong quốc gia biến mất, sự thù địch của quốc gia này với quốc gia khác sẽ chấm dứt

Die Anschuldigungen gegen den Kommunismus, die von einem religiösen, philosophischen und allgemein von einem ideologischen Standpunkt aus erhoben werden, verdienen keine ernsthafte Prüfung

Các cáo buộc chống lại chủ nghĩa cộng sản được đưa ra từ một tôn giáo, một triết học, và, nói chung, từ quan điểm ý thức hệ, không đáng được xem xét nghiêm túc

Braucht es eine tiefe Intuition, um zu begreifen, dass sich die Ideen, Ansichten und Vorstellungen des Menschen mit jeder Veränderung der Bedingungen seiner materiellen Existenz ändern?

Nó có đòi hỏi trực giác sâu sắc để hiểu rằng những ý tưởng, quan điểm và quan niệm của con người thay đổi với mọi thay đổi trong điều kiện tồn tại vật chất của anh ta không?

Ist es nicht offensichtlich, dass das Bewusstsein des Menschen sich Verändert, wenn seine sozialen Beziehungen und sein soziales Leben ändern?

Chẳng phải rõ ràng là ý thức của con người thay đổi khi các mối quan hệ xã hội và đời sống xã hội của con người thay đổi?

Was beweist die Ideengeschichte anderes, als daß die geistige Produktion ihren Charakter in dem Maße ändert, wie die materielle Produktion verändert wird?

Lịch sử của các ý tưởng chứng minh điều gì khác hơn là sản xuất trí tuệ thay đổi tính chất của nó theo tỷ lệ khi sản xuất vật chất bị thay đổi?

Die herrschenden Ideen eines jeden Zeitalters waren immer die Ideen seiner herrschenden Klasse

Những tư tưởng thống trị của mỗi thời đại đã từng là ý tưởng của giai cấp thống trị của nó

Wenn Menschen von Ideen sprechen, die die Gesellschaft revolutionieren, drücken sie nur eine Tatsache aus

Khi mọi người nói về những ý tưởng cách mạng hóa xã hội, họ chỉ thể hiện một thực tế

Innerhalb der alten Gesellschaft wurden die Elemente einer neuen geschaffen

Trong xã hội cũ, các yếu tố của một xã hội mới đã được tạo ra

und daß die Auflösung der alten Ideen mit der Auflösung der alten Daseinsverhältnisse Schritt hält

và rằng sự tan rã của những ý tưởng cũ thậm chí còn theo kịp với sự tan rã của các điều kiện tồn tại cũ

Als die Antike in den letzten Zügen lag, wurden die alten Religionen vom Christentum überwunden

Khi thế giới cổ đại đang ở trong cơn thịnh nộ cuối cùng, các tôn giáo cổ đại đã bị Cơ đốc giáo vượt qua

Als die christlichen Ideen im 18. Jahrhundert den rationalistischen Ideen erlagen, kämpfte die feudale Gesellschaft ihren Todeskampf mit der damals revolutionären Bourgeoisie

Khi các ý tưởng Kitô giáo không chịu nổi những ý tưởng duy lý vào thế kỷ 18, xã hội phong kiến đã chiến đấu trong trận chiến sinh tử với giai cấp tư sản cách mạng lúc đó

Die Ideen der Religions- und Gewissensfreiheit brachten
lediglich die Herrschaft des freien Wettbewerbs auf dem
Gebiet des Wissens zum Ausdruck

Những ý tưởng về tự do tôn giáo và tự do lương tâm chỉ đơn
thuần thể hiện sự thống trị của sự cạnh tranh tự do trong lĩnh
vực tri thức

"Zweifellos", wird man sagen, "sind religiöse, moralische,
philosophische und juristische Ideen im Laufe der
geschichtlichen Entwicklung modifiziert worden"

"Chắc chắn," người ta sẽ nói, "các ý tưởng tôn giáo, đạo đức,
triết học và pháp lý đã được sửa đổi trong quá trình phát triển
lịch sử"

"Aber Religion, Moralphilosophie, Politikwissenschaft und
Recht überlebten diesen Wandel ständig."

"Nhưng tôn giáo, triết học đạo đức, khoa học chính trị và luật
pháp, liên tục sống sót sau sự thay đổi này"

"Es gibt auch ewige Wahrheiten, wie Freiheit, Gerechtigkeit
usw."

"Cũng có những sự thật vĩnh cửu, chẳng hạn như Tự do, Công
lý, v.v."

"Diese ewigen Wahrheiten sind allen Zuständen der
Gesellschaft gemeinsam"

"Những lẽ thật vĩnh cửu này là chung cho tất cả các trạng thái
của xã hội"

"Aber der Kommunismus schafft die ewigen Wahrheiten ab,
er schafft alle Religion und alle Moral ab."

"Nhưng chủ nghĩa cộng sản xóa bỏ những chân lý vĩnh cửu,
nó xóa bỏ tất cả tôn giáo, và tất cả đạo đức"

"Sie tut dies, anstatt sie auf einer neuen Grundlage zu
konstituieren"

"Nó làm điều này thay vì cấu thành chúng trên một cơ sở mới"

"Sie handelt daher im Widerspruch zu allen bisherigen
historischen Erfahrungen"

"Do đó, nó hoạt động mâu thuẫn với tất cả kinh nghiệm lịch
sử trong quá khứ"

Worauf reduziert sich dieser Vorwurf?

Lời buộc tội này tự giảm xuống thành gì?

Die Geschichte aller vergangenen Gesellschaften hat in der Entwicklung von Klassengegensätzen bestanden

Lịch sử của tất cả các xã hội trong quá khứ đã bao gồm sự phát triển của sự đối kháng giai cấp

Antagonismen, die in verschiedenen Epochen unterschiedliche Formen annahmen

đối kháng giả định các hình thức khác nhau ở các thời đại khác nhau

Aber welche Form sie auch immer angenommen haben mögen, eine Tatsache ist allen vergangenen Zeitaltern gemeinsam

Nhưng bất kể họ có thể đã thực hiện dưới hình thức nào, một thực tế là phổ biến cho tất cả các thời đại trong quá khứ

die Ausbeutung eines Teils der Gesellschaft durch den anderen

sự bóc lột của một bộ phận trong xã hội bởi bộ phận kia

Kein Wunder also, dass sich das gesellschaftliche Bewußtsein vergangener Zeiten innerhalb gewisser allgemeiner Formen oder allgemeiner Vorstellungen bewegt

Do đó, không có gì ngạc nhiên khi ý thức xã hội của các thời đại trong quá khứ di chuyển trong các hình thức phổ biến nhất định, hoặc ý tưởng chung

(und das trotz aller Vielfalt und Vielfalt, die es zeigt)

(và đó là bất chấp tất cả sự đa dạng và đa dạng mà nó hiển thị)

Und diese können nur mit dem gänzlichen Verschwinden der Klassengegensätze völlig verschwinden

Và những điều này không thể biến mất hoàn toàn ngoại trừ sự biến mất hoàn toàn của sự đối kháng giai cấp

Die kommunistische Revolution ist der radikalste Bruch mit den traditionellen Eigentumsverhältnissen

Cuộc cách mạng cộng sản là sự rạn nứt triệt để nhất với quan hệ sở hữu truyền thống

Kein Wunder, dass ihre Entwicklung den radikalsten Bruch mit den traditionellen Vorstellungen mit sich bringt

Không có gì ngạc nhiên khi sự phát triển của nó liên quan đến
sự phá vỡ triệt để nhất với các ý tưởng truyền thống

**Aber lassen wir die Einwände der Bourgeoisie gegen den
Kommunismus hinter uns**

Nhưng chúng ta hãy làm với sự phản đối của giai cấp tư sản
đối với chủ nghĩa cộng sản

**Wir haben oben den ersten Schritt der Arbeiterklasse in der
Revolution gesehen**

Chúng ta đã thấy trên bước đầu tiên trong cuộc cách mạng
của giai cấp công nhân

**Das Proletariat muss zur Herrschaft erhoben werden, um
den Kampf der Demokratie zu gewinnen**

Giai cấp vô sản phải được nâng lên vị trí cầm quyền, để giành
chiến thắng trong cuộc chiến dân chủ

**Das Proletariat wird seine politische Vorherrschaft
benutzen, um der Bourgeoisie nach und nach alles Kapital
zu entreißen**

Giai cấp vô sản sẽ sử dụng ưu thế chính trị của mình để giành
giật, theo mức độ, tất cả tư bản từ giai cấp tư sản

**sie wird alle Produktionsmittel in den Händen des Staates
zentralisieren**

nó sẽ tập trung tất cả các công cụ sản xuất vào tay Nhà nước

**Mit anderen Worten, das Proletariat organisierte sich als
herrschende Klasse**

Nói cách khác, giai cấp vô sản được tổ chức thành giai cấp
thống trị

**Und sie wird die Summe der Produktivkräfte so schnell wie
möglich vermehren**

và nó sẽ tăng tổng lực lượng sản xuất càng nhanh càng tốt

**Natürlich kann dies anfangs nur durch despotische Eingriffe
in die Eigentumsrechte geschehen**

Tất nhiên, ngay từ đầu, điều này không thể được thực hiện
ngoại trừ bằng các phương tiện xâm nhập chuyên chế vào
quyền sở hữu

**und sie muss unter den Bedingungen der Bourgeoisie
Produktion erreicht werden**

và nó phải đạt được trên điều kiện sản xuất tư sản

Sie wird also durch Maßnahmen erreicht, die wirtschaftlich unzureichend und unhaltbar erscheinen

Nó đạt được bằng các biện pháp, do đó, dường như không đủ kinh tế và không thể kiểm soát được

aber diese Mittel überflügeln sich im Laufe der Bewegung selbst

Nhưng những phương tiện này, trong quá trình của phong trào, vượt xa chính họ

sie erfordern weitere Eingriffe in die alte Gesellschaftsordnung

Họ đòi hỏi phải xâm nhập sâu hơn vào trật tự xã hội cũ

und sie sind unvermeidlich, um die Produktionsweise völlig zu revolutionieren

Và chúng không thể tránh khỏi như một phương tiện cách mạng hóa hoàn toàn phương thức sản xuất

Diese Maßnahmen werden natürlich in den verschiedenen Ländern unterschiedlich sein

Những biện pháp này tất nhiên sẽ khác nhau ở các quốc gia khác nhau

Nichtsdestotrotz wird in den am weitesten fortgeschrittenen Ländern das Folgende ziemlich allgemein anwendbar sein

Tuy nhiên, ở các nước tiên tiến nhất, những điều sau đây sẽ được áp dụng khá phổ biến:

1. Abschaffung des Grundeigentums und Verwendung aller Grundrenten für öffentliche Zwecke.

1. Bãi bỏ tài sản trên đất và áp dụng toàn bộ tiền thuê đất vào mục đích công cộng.

2. Eine hohe progressive oder abgestufte Einkommensteuer.

2. Thuế thu nhập lũy tiến hoặc thuế lũy tiến cao.

3. Abschaffung jeglichen Erbrechts.

3. Bãi bỏ mọi quyền thừa kế.

4. Konfiskation des Eigentums aller Emigranten und Rebellen.

4. Tịch thu tài sản của tất cả những người di cư và phiến quân.

5. Zentralisierung des Kredits in den Händen des Staates durch eine Nationalbank mit staatlichem Kapital und ausschließlichem Monopol.

5. Tập trung tín dụng trong tay Nhà nước, thông qua một ngân hàng quốc gia có vốn nhà nước và độc quyền độc quyền.

6. Zentralisierung der Kommunikations- und Transportmittel in den Händen des Staates.

6. Tập trung các phương tiện thông tin liên lạc và vận tải trong tay Nhà nước.

7. Ausbau der Fabriken und Produktionsmittel im Eigentum des Staates

7. Mở rộng nhà xưởng, dụng cụ sản xuất thuộc sở hữu Nhà nước

die Kultivierung von Ödland und die Verbesserung des Bodens überhaupt nach einem gemeinsamen Plan.

việc đưa vào canh tác đất thải, và cải tạo đất nói chung theo một kế hoạch chung.

8. Gleiche Haftung aller für die Arbeit

8. Trách nhiệm bình đẳng của tất cả mọi người đối với lao động

Aufbau von Industriearmeen, vor allem für die Landwirtschaft.

Thành lập quân đội công nghiệp, đặc biệt là cho nông nghiệp.

9. Kombination der Landwirtschaft mit dem verarbeitenden Gewerbe

9. Kết hợp nông nghiệp với công nghiệp sản xuất

allmähliche Aufhebung der Unterscheidung zwischen Stadt und Land durch eine gleichmäßigere Verteilung der Bevölkerung über das Land.

dần dần xóa bỏ sự phân biệt giữa thị trấn và nông thôn, bằng cách phân phối dân số bình đẳng hơn trên cả nước.

10. Kostenlose Bildung für alle Kinder in öffentlichen Schulen.

10. Giáo dục miễn phí cho tất cả trẻ em trong các trường công lập.

Abschaffung der Kinderfabrikarbeit in ihrer jetzigen Form

Xóa bỏ lao động nhà máy trẻ em theo hình thức hiện tại

Kombination von Bildung und industrieller Produktion

Kết hợp giáo dục với sản xuất công nghiệp

Wenn im Laufe der Entwicklung die Klassenunterschiede verschwunden sind

Khi, trong quá trình phát triển, sự phân biệt giai cấp đã biến mất

und wenn die ganze Produktion in den Händen einer ungeheuren Assoziation der ganzen Nation konzentriert ist

và khi mọi sản xuất đã được tập trung trong tay một hiệp hội rộng lớn của cả dân tộc

dann verliert die Staatsgewalt ihren politischen Charakter

thì quyền lực công cộng sẽ mất đi tính chất chính trị của nó

Politische Macht, eigentlich so genannt, ist nichts anderes als die organisierte Macht einer Klasse, um eine andere zu unterdrücken

Quyền lực chính trị, được gọi đúng như vậy, chỉ đơn thuần là quyền lực có tổ chức của một giai cấp để đàn áp giai cấp khác

Wenn das Proletariat in seinem Kampf mit der Bourgeoisie durch die Gewalt der Umstände gezwungen ist, sich als Klasse zu organisieren

Nếu giai cấp vô sản trong cuộc cạnh tranh với giai cấp tư sản, bằng sức mạnh của hoàn cảnh, buộc phải tự tổ chức thành một giai cấp

wenn sie sich durch eine Revolution zur herrschenden Klasse macht

Nếu, bằng một cuộc cách mạng, nó tự biến mình thành giai cấp thống trị

und als solche fegt sie mit Gewalt die alten Produktionsbedingungen hinweg

và, như vậy, nó quét sạch bằng vũ lực các điều kiện sản xuất cũ

dann wird sie mit diesen Bedingungen auch die Bedingungen für die Existenz der Klassengegensätze und der Klassen überhaupt hinweggefegt haben

Sau đó, cùng với những điều kiện này, nó sẽ quét sạch các điều kiện cho sự tồn tại của sự đối kháng giai cấp và của các giai cấp nói chung

und wird damit seine eigene Vorherrschaft als Klasse aufgehoben haben.

và do đó sẽ xóa bỏ quyền tối cao của chính nó như một giai cấp.

An die Stelle der alten Bourgeoisie Gesellschaft mit ihren Klassen und Klassengegensätzen treten eine Assoziation

Thay cho xã hội tư sản cũ, với các giai cấp và đối kháng giai cấp, chúng ta sẽ có một hiệp hội

eine Assoziation, in der die freie Entwicklung eines jeden die Bedingung für die freie Entwicklung aller ist

Một hiệp hội trong đó sự phát triển tự do của mỗi người là điều kiện cho sự phát triển tự do của tất cả mọi người

1) Reaktionärer Sozialismus
1) Chủ nghĩa xã hội phản động

a) Feudaler Sozialismus
a) Chủ nghĩa xã hội phong kiến

die Aristokratien Frankreichs und Englands hatten eine einzigartige historische Stellung
các tầng lớp quý tộc của Pháp và Anh có một vị trí lịch sử độc đáo

es wurde zu ihrer Berufung, Pamphlete gegen die moderne Boureoisie Gesellschaft zu schreiben
nó trở thành ơn gọi của họ để viết sách nhỏ chống lại xã hội tư sản hiện đại

In der französischen Revolution vom Juli 1830 und in der englischen Reformagitation
Trong cuộc cách mạng Pháp tháng 7 năm 1830, và trong phong trào cải cách Anh

Diese Aristokratien erlagen wieder dem hasserfüllten Emporkömmling
Những tầng lớp quý tộc này một lần nữa chịu thua trước những người mới nổi đáng ghét

An eine ernsthafte politische Auseinandersetzung war fortan nicht mehr zu denken
Sau đó, một cuộc cạnh tranh chính trị nghiêm túc hoàn toàn nằm ngoài câu hỏi

Alles, was möglich blieb, war eine literarische Schlacht, keine wirkliche Schlacht
Tất cả những gì còn lại có thể là trận chiến văn học, không phải là một trận chiến thực sự

Aber auch auf dem Gebiet der Literatur waren die alten Schreie der Restaurationszeit unmöglich geworden
Nhưng ngay cả trong lĩnh vực văn học, những tiếng kêu cũ của thời kỳ phục hồi đã trở nên không thể

Um Sympathie zu erregen, mußte die Aristokratie offenbar ihre eigenen Interessen aus den Augen verlieren

Để khơi dậy sự đồng cảm, tầng lớp quý tộc có nghĩa vụ phải đánh mất tầm nhìn, rõ ràng, về lợi ích của chính họ

und sie waren gezwungen, ihre Anklage gegen die Bourgeoisie im Interesse der ausgebeuteten Arbeiterklasse zu formulieren

và họ có nghĩa vụ xây dựng bản cáo trạng chống lại giai cấp tư sản vì lợi ích của giai cấp công nhân bị bóc lột

So rächte sich die Aristokratie, indem sie ihren neuen Herrn verspottete

Do đó, tầng lớp quý tộc đã trả thù họ bằng cách hát đả kích chủ nhân mới của họ

Und sie rächten sich, indem sie ihm unheimliche Prophezeiungen über die kommende Katastrophe ins Ohr flüsterten

Và họ đã trả thù bằng cách thì thầm vào tai anh ta những lời tiên tri nham hiểm về thảm họa sắp xảy ra

So entstand der feudale Sozialismus: halb Klage, halb Spott

Theo cách này đã nảy sinh Chủ nghĩa xã hội phong kiến: nửa than thở, nửa đả kích

Es klang halb wie ein Echo der Vergangenheit und projizierte halb die Bedrohung der Zukunft

Nó rung lên như một nửa tiếng vang của quá khứ, và dự đoán một nửa mối đe dọa của tương lai

zuweilen traf sie durch ihre bittere, geistreiche und scharfe Kritik die Bourgeoisie bis ins Mark

đôi khi, bằng những lời phê phán cay đắng, dí dỏm và sắc bén, nó đã đánh vào tận đáy lòng giai cấp tư sản

aber es war immer lächerlich in seiner Wirkung, weil es völlig unfähig war, den Gang der neueren Geschichte zu begreifen

Nhưng nó luôn luôn lố bịch trong hiệu quả của nó, thông qua việc hoàn toàn không có khả năng hiểu được cuộc diễu hành của lịch sử hiện đại

Die Aristokratie schwenkte, um das Volk um sich zu scharen, den proletarischen Almosensack als Banner

Giới quý tộc, để tập hợp nhân dân về với họ, đã vẫy túi bố thí
vô sản trước mặt cho một biểu ngữ

**Aber das Volk, so oft es sich zu ihnen gesellte, sah auf
seinem Hinterteil die alten Feudalwappen**

Nhưng người dân, thường xuyên tham gia cùng họ, đã nhìn
thấy trên phần sau của họ những huy hiệu phong kiến cũ

Und sie verließen mit lautem und respektlosem Gelächter

Và họ đào ngũ với những tiếng cười lớn và bất kính

**Ein Teil der französischen Legitimisten und des "jungen
Englands" zeigte dieses Schauspiel**

Một bộ phận của những người theo chủ nghĩa hợp pháp Pháp
và "Nước Anh trẻ" đã trưng bày cảnh tượng này

**die Feudalisten wiesen darauf hin, dass ihre
Ausbeutungsweise eine andere sei als die der Bourgeoisie**

những người theo chủ nghĩa phong kiến chỉ ra rằng phương
thức bóc lột của họ khác với phương thức bóc lột của giai cấp
tư sản

**Die Feudalisten vergessen, dass sie unter ganz anderen
Umständen und Bedingungen ausgebeutet haben**

Những người theo chủ nghĩa phong kiến quên rằng họ đã
khai thác trong những hoàn cảnh và điều kiện hoàn toàn khác
nhau

**Und sie haben nicht bemerkt, dass solche Methoden der
Ausbeutung heute veraltet sind**

Và họ đã không nhận thấy các phương pháp khai thác như
vậy bây giờ đã lỗi thời

**Sie zeigten, dass unter ihrer Herrschaft das moderne
Proletariat nie existiert hat**

Họ cho thấy rằng, dưới sự cai trị của họ, giai cấp vô sản hiện
đại không bao giờ tồn tại

**aber sie vergessen, daß die moderne Bourgeoisie der
notwendige Sprößling ihrer eigenen Gesellschaftsform ist**

nhưng họ quên rằng giai cấp tư sản hiện đại là con đẻ cần
thiết của hình thức xã hội của chính họ

**Im übrigen verbergen sie kaum den reaktionären Charakter
ihrer Kritik**

Đối với phần còn lại, họ hầu như không che giấu tính chất phản động của những lời chỉ trích của họ

ihre Hauptanklage gegen die Bourgeoisie läuft auf folgendes hinaus

lời buộc tội chính của họ đối với giai cấp tư sản như sau:

unter dem Boureoisie Regime entwickelt sich eine soziale Klasse

dưới chế độ tư sản, một giai cấp xã hội đang được phát triển

Diese soziale Klasse ist dazu bestimmt, die alte Gesellschaftsordnung an der Wurzel zu zerschneiden

Tầng lớp xã hội này được định sẵn để cắt gốc và phân nhánh trật tự cũ của xã hội

Womit sie die Bourgeoisie aufpeppen, ist nicht so sehr, dass sie ein Proletariat schafft

Những gì họ nâng đỡ giai cấp tư sản không đến nỗi nó tạo ra một giai cấp vô sản

womit sie die Bourgeoisie aufpeppen, ist mehr, dass sie ein revolutionäres Proletariat schafft

những gì họ nâng đỡ giai cấp tư sản hơn nữa là tạo ra giai cấp vô sản cách mạng

In der politischen Praxis beteiligen sie sich daher an allen Zwangsmaßnahmen gegen die Arbeiterklasse

Do đó, trong thực tiễn chính trị, họ tham gia vào tất cả các biện pháp cưỡng chế chống lại giai cấp công nhân

Und im gewöhnlichen Leben bücken sie sich, trotz ihrer hochtrabenden Phrasen, um die goldenen Äpfel aufzuheben, die vom Baum der Industrie fallen gelassen wurden

Và trong cuộc sống bình thường, bất chấp những cụm từ cao cấp của họ, họ cúi xuống để nhặt những quả táo vàng rơi từ cây công nghiệp

Und sie tauschen Wahrheit, Liebe und Ehre gegen den Handel mit Wolle, Rote-Bete-Zucker und Kartoffelbränden

và họ trao đổi lẽ thật, tình yêu và danh dự để buôn bán len, đường củ cải đường và rượu mạnh khoai tây

Wie der Pfarrer immer Hand in Hand mit dem Gutsherrn gegangen ist, so ist es der klerikale Sozialismus mit dem feudalen Sozialismus getan

Như chủ nghĩa xã hội giáo sĩ đã từng đi đôi với địa chủ, chủ nghĩa xã hội giáo sĩ với chủ nghĩa xã hội phong kiến cũng vậy

Nichts ist leichter, als der christlichen Askese einen sozialistischen Anstrich zu geben

Không có gì dễ dàng hơn là cung cấp cho chủ nghĩa khổ hạnh Kitô giáo một màu xã hội chủ nghĩa

Hat nicht das Christentum gegen das Privateigentum, gegen die Ehe, gegen den Staat deklamiert?

Chẳng phải Kitô giáo đã tuyên bố chống lại sở hữu tư nhân, chống lại hôn nhân, chống lại Nhà nước sao?

Hat das Christentum nicht an die Stelle dieser Nächstenliebe und Armut getreten?

Chẳng phải Kitô giáo đã không rao giảng thay cho những điều này, bác ái và nghèo khó sao?

Predigt das Christentum nicht den Zölibat und die Abtötung des Fleisches, das monastische Leben und die Mutter Kirche?

Cơ Đốc giáo không rao giảng về đời sống độc thân và hãm mình xác thịt, đời sống tu viện và Mẹ Giáo Hội sao?

Der christliche Sozialismus ist nur das Weihwasser, mit dem der Priester das Herzbrennen des Aristokraten weiht

Chủ nghĩa xã hội Kitô giáo chỉ là nước thánh mà linh mục thánh hiến những đốt cháy trái tim của giới quý tộc

b) Kleinbürgerlicher Sozialismus
b) Chủ nghĩa xã hội tiểu tư sản

**Die feudale Aristokratie war nicht die einzige Klasse, die
von der Bourgeoisie ruiniert wurde**
Giai cấp quý tộc phong kiến không phải là giai cấp duy nhất
bị giai cấp tư sản hủy hoại
**sie war nicht die einzige Klasse, deren Existenzbedingungen
in der Atmosphäre der modernen Bourgeoisie Gesellschaft
schmachten und zugrunde gingen**
nó không phải là giai cấp duy nhất có điều kiện tồn tại bị ghim
chặt và diệt vong trong bầu không khí của xã hội tư sản hiện
đại
**Die mittelalterliche Bürgerschaft und die kleinbäuerlichen
Eigentümer waren die Vorläufer des modernen Bourgeoisie**
Các burgesses thời trung cổ và các chủ sở hữu nông dân nhỏ
là tiền thân của giai cấp tư sản hiện đại
**In den Ländern, die industriell und kommerziell nur wenig
entwickelt sind, vegetieren diese beiden Klassen noch Seite
an Seite**
Ở những quốc gia ít phát triển, về công nghiệp và thương mại,
hai giai cấp này vẫn thực vật cạnh nhau
**und in der Zwischenzeit erhebt sich die Bourgeoisie neben
ihnen: industriell, kommerziell und politisch**
và trong khi đó, giai cấp tư sản nổi lên bên cạnh họ: về công
nghiệp, thương mại và chính trị
**In den Ländern, in denen die moderne Zivilisation voll
entwickelt ist, hat sich eine neue Klasse des
Kleinbourgeoisie gebildet**
Ở những nước mà nền văn minh hiện đại đã phát triển đầy
đủ, một giai cấp tiểu tư sản mới đã được hình thành
**diese neue soziale Klasse schwankt zwischen Proletariat
und Bourgeoisie**
giai cấp xã hội mới này dao động giữa giai cấp vô sản và tư
sản

und sie erneuert sich ständig als ergänzender Teil der Bourgeoisie Gesellschaft

và nó luôn tự đổi mới như một bộ phận bổ sung của xã hội tư sản

Die einzelnen Glieder dieser Klasse aber werden fortwährend in das Proletariat hinabgeschleudert

Tuy nhiên, các thành viên cá nhân của giai cấp này liên tục bị ném xuống giai cấp vô sản

sie werden vom Proletariat durch die Einwirkung der Konkurrenz aufgesaugt

Họ bị giai cấp vô sản hút lên thông qua hành động cạnh tranh

In dem Maße, wie sich die moderne Industrie entwickelt, sehen sie sogar den Augenblick herannahen, in dem sie als eigenständiger Teil der modernen Gesellschaft völlig verschwinden wird

Khi ngành công nghiệp hiện đại phát triển, họ thậm chí còn nhìn thấy thời điểm đang đến gần khi họ sẽ hoàn toàn biến mất như một bộ phận độc lập của xã hội hiện đại

Sie werden in der Manufaktur, in der Landwirtschaft und im Handel durch Aufseher, Gerichtsvollzieher und Krämer ersetzt werden

Chúng sẽ được thay thế, trong các nhà sản xuất, nông nghiệp và thương mại, bởi những người giám sát, thừa phát lại và người bán hàng

In Ländern wie Frankreich, wo die Bauern weit mehr als die Hälfte der Bevölkerung ausmachen

Ở các nước như Pháp, nơi nông dân chiếm hơn một nửa dân số

es war natürlich, dass es Schriftsteller gab, die sich auf die Seite des Proletariats gegen die Bourgeoisie stellten

điều tự nhiên là có những nhà văn đứng về phía giai cấp vô sản chống lại giai cấp tư sản

in ihrer Kritik am Bourgeoisie Regime benutzten sie den Maßstab des Bauern- und Kleinbourgeoisie

trong việc phê phán chế độ tư sản, họ đã sử dụng tiêu chuẩn của giai cấp tư sản nông dân và tiểu tư sản

Und vom Standpunkt dieser Zwischenklassen aus ergreifen sie die Keule für die Arbeiterklasse

Và từ quan điểm của các giai cấp trung gian này, họ đảm nhận những cú hích cho giai cấp công nhân

So entstand der Kleinbourgeoisie Sozialismus, dessen Haupt Sismondi nicht nur in Frankreich, sondern auch in England war

Do đó, nảy sinh Chủ nghĩa xã hội tư sản nhỏ, trong đó Sismondi là người đứng đầu trường này, không chỉ ở Pháp mà còn ở Anh

Diese Schule des Sozialismus sezierte mit großer Schärfe die Widersprüche in den Bedingungen der modernen Produktion

Trường phái chủ nghĩa xã hội này đã mổ xẻ rất nhạy bén những mâu thuẫn trong điều kiện sản xuất hiện đại

Diese Schule entlarvte die heuchlerischen Entschuldigungen der Ökonomen

Trường phái này đã vạch trần những lời xin lỗi đạo đức giả của các nhà kinh tế

Diese Schule bewies unwiderlegbar die verheerenden Auswirkungen der Maschinerie und der Arbeitsteilung

Ngôi trường này đã chứng minh, không thể chối cãi, những tác động tai hại của máy móc và phân công lao động

Es bewies die Konzentration von Kapital und Grund und Boden in wenigen Händen

Nó đã chứng minh sự tập trung vốn và đất đai trong một vài bàn tay

sie bewies, wie Überproduktion zu Bourgeoisie-Krisen führt

nó đã chứng minh sản xuất dư thừa dẫn đến khủng hoảng tư sản như thế nào

sie wies auf den unvermeidlichen Ruin des Kleinbourgeoisie' und der Bauern hin

nó chỉ ra sự hủy hoại không thể tránh khỏi của giai cấp tư sản và nông dân nhỏ

das Elend des Proletariats, die Anarchie in der Produktion, die schreiende Ungleichheit in der Verteilung des Reichtums

sự khốn khổ của giai cấp vô sản, tình trạng vô chính phủ trong sản xuất, sự bất bình đẳng khóc lóc trong phân phối của cải

Er zeigte, wie das Produktionssystem den industriellen Vernichtungskrieg zwischen den Nationen führt

Nó cho thấy hệ thống sản xuất dẫn đầu cuộc chiến tranh hủy diệt công nghiệp giữa các quốc gia như thế nào

die Auflösung der alten sittlichen Bande, der alten Familienverhältnisse, der alten Nationalitäten

sự tan rã của các mối ràng buộc đạo đức cũ, của các mối quan hệ gia đình cũ, của các dân tộc cũ

In ihren positiven Zielen strebt diese Form des Sozialismus jedoch eines von zwei Dingen an

Tuy nhiên, trong những mục tiêu tích cực của nó, hình thức chủ nghĩa xã hội này mong muốn đạt được một trong hai điều

Entweder zielt sie darauf ab, die alten Produktions- und Tauschmittel wiederherzustellen

hoặc nó nhằm mục đích khôi phục các phương tiện sản xuất và trao đổi cũ

und mit den alten Produktionsmitteln würde sie die alten Eigentumsverhältnisse und die alte Gesellschaft wiederherstellen

và với tư liệu sản xuất cũ, nó sẽ khôi phục lại quan hệ sở hữu cũ và xã hội cũ

oder sie zielt darauf ab, die modernen Produktions- und Austauschmittel in den alten Rahmen der Eigentumsverhältnisse zu zwängen

hoặc nó nhằm mục đích nhồi nhét các phương tiện sản xuất và trao đổi hiện đại vào khuôn khổ cũ của quan hệ sở hữu

In beiden Fällen ist es sowohl reaktionär als auch utopisch

Trong cả hai trường hợp, nó vừa phản động vừa không tưởng

Seine letzten Worte lauten: Korporativzünfte für die
Manufaktur, patriarchalische Verhältnisse in der
Landwirtschaft
Những lời cuối cùng của nó là: bang hội công ty sản xuất,
quan hệ gia trưởng trong nông nghiệp
Schließlich, als hartnäckige historische Tatsachen alle
berauschenden Wirkungen der Selbsttäuschung zerstreut
hatten,
Cuối cùng, khi các sự kiện lịch sử cứng đầu đã phân tán tất cả
các tác động say sưa của sự tự lừa dối
diese Form des Sozialismus endete in einem elenden Anfall
von Mitleid
hình thức chủ nghĩa xã hội này đã kết thúc trong một sự
thương hại khốn khổ

c) Deutscher oder "wahrer" Sozialismus
c) Chủ nghĩa xã hội Đức, hoặc "Đúng",

Die sozialistische und kommunistische Literatur Frankreichs entstand unter dem Druck einer herrschenden Bourgeoisie
Văn học xã hội chủ nghĩa và cộng sản Pháp bắt nguồn dưới áp lực của giai cấp tư sản nắm quyền
Und diese Literatur war der Ausdruck des Kampfes gegen diese Macht
Và văn học này là biểu hiện của cuộc đấu tranh chống lại quyền lực này
sie wurde in Deutschland zu einer Zeit eingeführt, als die Bourgeoisie gerade ihren Kampf mit dem feudalen Absolutismus begonnen hatte
nó được du nhập vào Đức vào thời điểm giai cấp tư sản mới bắt đầu cuộc cạnh tranh với chế độ tuyệt đối phong kiến
Deutsche Philosophen, Möchtegern-Philosophen und Beaux Esprits griffen begierig zu dieser Literatur
Các triết gia Đức, những triết gia tương lai, và những người theo chủ nghĩa esprits, háo hức nắm bắt tài liệu này
aber sie vergaßen, daß die Schriften aus Frankreich nach Deutschland einwanderten, ohne die französischen Gesellschaftsverhältnisse mitzubringen
nhưng họ quên rằng các tác phẩm di cư từ Pháp vào Đức mà không mang theo các điều kiện xã hội Pháp
Im Kontakt mit den deutschen gesellschaftlichen Verhältnissen verlor diese französische Literatur ihre unmittelbare praktische Bedeutung
Tiếp xúc với điều kiện xã hội Đức, văn học Pháp này đã mất tất cả ý nghĩa thực tiễn ngay lập tức
und die kommunistische Literatur Frankreichs nahm in deutschen akademischen Kreisen einen rein literarischen Aspekt an
và văn học Cộng sản Pháp giả định một khía cạnh văn học thuần túy trong giới học thuật Đức

So waren die Forderungen der ersten Französischen Revolution nichts anderes als die Forderungen der "praktischen Vernunft"

Do đó, những đòi hỏi của Cách mạng Pháp lần thứ nhất không gì khác hơn là những đòi hỏi của "Lý do thực tiễn"

und die Willensäußerung der revolutionären französischen Bourgeoisie bedeutete in ihren Augen das Gesetz des reinen Willens

và lời thốt ra ý chí của giai cấp tư sản cách mạng Pháp biểu thị trong mắt họ quy luật ý chí trong sáng

es bedeutete den Willen, wie er sein mußte; des wahren menschlichen Willens überhaupt

nó biểu thị Ý chí như nó bị ràng buộc; của ý chí con người thực sự nói chung

Die Welt der deutschen Literaten bestand einzig und allein darin, die neuen französischen Ideen mit ihrem alten philosophischen Gewissen in Einklang zu bringen

Thế giới của giới văn học Đức chỉ bao gồm việc đưa những ý tưởng mới của Pháp vào sự hài hòa với lương tâm triết học cổ xưa của họ

oder vielmehr, sie annektierten die französischen Ideen, ohne ihren eigenen philosophischen Standpunkt aufzugeben

hay đúng hơn, họ thôn tính các tư tưởng của Pháp mà không từ bỏ quan điểm triết học của riêng họ

Diese Annexion vollzog sich auf die gleiche Weise, wie man sich eine Fremdsprache aneignet, nämlich durch Übersetzung

Sự sáp nhập này diễn ra giống như cách mà một ngôn ngữ nước ngoài bị chiếm đoạt, cụ thể là bằng cách dịch

Es ist bekannt, wie die Mönche alberne Leben katholischer Heiliger über Manuskripte schrieben

Ai cũng biết các tu sĩ đã viết những cuộc đời ngớ ngẩn của các Thánh Công giáo như thế nào trên các bản thảo

die Manuskripte, auf denen die klassischen Werke des antiken Heidentums geschrieben waren

Các bản thảo mà trên đó các tác phẩm cổ điển của
Heathendom cổ đại đã được viết

**Die deutschen Literaten kehrten diesen Prozess mit der
profanen französischen Literatur um**

Giới văn học Đức đã đảo ngược quá trình này bằng văn học
Pháp tục tĩu

**Sie schrieben ihren philosophischen Unsinn unter das
französische Original**

Họ đã viết những điều vô nghĩa triết học của họ bên dưới bản
gốc tiếng Pháp

**Zum Beispiel schrieben sie unter der französischen Kritik an
den ökonomischen Funktionen des Geldes "Entfremdung
der Menschheit"**

Chẳng hạn, bên dưới những lời chỉ trích của Pháp về các chức
năng kinh tế của tiền, họ đã viết "Sự tha hóa của nhân loại"

**unter die französische Kritik am Bourgeoisie Staat schrieben
sie "Entthronung der Kategorie des Generals"**

dưới sự chỉ trích của Pháp đối với Nhà nước Tư sản, họ đã
viết "truất ngôi Thể loại tướng"

**Die Einführung dieser philosophischen Phrasen hinter der
französischen Geschichtskritik nannten sie:**

Sự ra đời của những cụm từ triết học này ở phía sau những lời
phê bình lịch sử Pháp mà họ đặt tên:

**"Philosophie des Handelns", "Wahrer Sozialismus",
"Deutsche Sozialismuswissenschaft", "Philosophische
Grundlagen des Sozialismus" und so weiter**

"Triết học hành động", "Chủ nghĩa xã hội đích thực", "Khoa
học chủ nghĩa xã hội Đức", "Nền tảng triết học của chủ nghĩa
xã hội", v.v

**Die französische sozialistische und kommunistische
Literatur wurde damit völlig entmannt**

Văn học xã hội chủ nghĩa và cộng sản Pháp vì thế hoàn toàn bị
suy yếu

**in den Händen der deutschen Philosophen hörte sie auf, den
Kampf der einen Klasse mit der anderen auszudrücken**

trong tay các nhà triết học Đức, nó không còn thể hiện cuộc
đấu tranh của giai cấp này với giai cấp khác

**und so fühlten sich die deutschen Philosophen bewußt, die
"französische Einseitigkeit" überwunden zu haben**

và vì vậy các nhà triết học Đức cảm thấy ý thức được đã vượt
qua "tính một chiều của Pháp"

**Sie musste keine wahren Forderungen repräsentieren,
sondern sie repräsentierte Forderungen der Wahrheit**

Nó không phải đại diện cho những đòi hỏi thực sự, thay vào
đó, nó đại diện cho những đòi hỏi của sự thật

**es gab kein Interesse am Proletariat, sondern an der
menschlichen Natur**

không có hứng thú với giai cấp vô sản, thay vào đó, có sự
quan tâm đến Bản chất con người

**das Interesse galt dem Menschen überhaupt, der keiner
Klasse angehört und keine Wirklichkeit hat**

mối quan tâm là Con người nói chung, người không thuộc về
giai cấp và không có thực tế

**ein Mann, der nur im nebligen Reich der philosophischen
Fantasie existiert**

Một người đàn ông chỉ tồn tại trong cõi sương mù của tưởng
tượng triết học

**aber schließlich verlor auch dieser deutsche
Schulsozialismus seine pedantische Unschuld**

nhưng cuối cùng cậu học sinh Chủ nghĩa xã hội Đức này cũng
mất đi sự ngây thơ mô phạm

**die deutsche Bourgeoisie und besonders die preußische
Bourgeoisie kämpfte gegen die feudale Aristokratie**

giai cấp tư sản Đức, và đặc biệt là giai cấp tư sản Phổ đã chiến
đấu chống lại chế độ quý tộc phong kiến

**auch die absolute Monarchie Deutschlands und Preußens
wurde bekämpft**

chế độ quân chủ tuyệt đối của Đức và Phổ cũng đang bị chống
lại

**Und im Gegenzug wurde auch die Literatur der liberalen
Bewegung ernster**

Và đến lượt mình, văn học của phong trào tự do cũng trở nên nghiêm túc hơn

Deutschlands lang ersehnte Chance auf einen "wahren" Sozialismus wurde geboten

Cơ hội mong muốn từ lâu của Đức cho chủ nghĩa xã hội "thực sự" đã được cung cấp

die Möglichkeit, die politische Bewegung mit den sozialistischen Forderungen zu konfrontieren

cơ hội đối đầu với phong trào chính trị với các yêu cầu xã hội chủ nghĩa;

die Gelegenheit, die traditionellen Bannsprüche gegen den Liberalismus zu schleudern

Cơ hội ném những lời nguyền rủa truyền thống chống lại chủ nghĩa tự do

die Möglichkeit, die repräsentative Regierung und die Bourgeoisie Konkurrenz anzugreifen

cơ hội tấn công chính phủ đại diện và cạnh tranh tư sản

Pressefreiheit der Bourgeoisie, Bourgeoisie Gesetzgebung, Bourgeoisie Freiheit und Gleichheit

Tư sản tự do báo chí, pháp luật tư sản, tự do và bình đẳng tư sản

All dies könnte nun in der realen Welt kritisiert werden, anstatt in der Fantasie

Tất cả những điều này bây giờ có thể được phê bình trong thế giới thực, thay vì trong tưởng tượng

Feudalaristokratie und absolute Monarchie hatten den Massen lange gepredigt

Chế độ quý tộc phong kiến và chế độ quân chủ tuyệt đối từ lâu đã rao giảng cho quần chúng

"Der Arbeiter hat nichts zu verlieren und er hat alles zu gewinnen"

"Người lao động không có gì để mất, và anh ta có mọi thứ để đạt được"

auch die Bourgeoisie bewegung bot eine Chance, sich mit diesen Plattitüden auseinanderzusetzen

phong trào tư sản cũng tạo cơ hội để đối đầu với những lời nhàm chán này

die französische Kritik setzte die Existenz der modernen Bourgeoisie Gesellschaft voraus

sự chỉ trích của Pháp giả định sự tồn tại của xã hội tư sản hiện đại

Bourgeoisie, ökonomische Existenzbedingungen und Bourgeoisie politische Verfassung

Điều kiện kinh tế tư sản tồn tại và hiến pháp chính trị tư sản

gerade die Dinge, deren Errungenschaft Gegenstand des in Deutschland anstehenden Kampfes war

chính những điều mà thành tựu của họ là đối tượng của cuộc đấu tranh đang chờ xử lý ở Đức

Deutschlands albernes Echo des Sozialismus hat diese Ziele gerade noch rechtzeitig aufgegeben

Tiếng vang ngớ ngẩn của chủ nghĩa xã hội Đức đã từ bỏ những mục tiêu này chỉ trong một khoảng thời gian ngắn

Die absoluten Regierungen hatten ihre Gefolgschaft aus Pfarrern, Professoren, Landjunkern und Beamten

Các chính phủ tuyệt đối có những người theo dõi các giáo sĩ, giáo sư, cận vệ và quan chức quốc gia

die damalige Regierung begegnete den deutschen Arbeiteraufständen mit Auspeitschungen und Kugeln

chính phủ thời đó đã gặp phải sự trỗi dậy của tầng lớp lao động Đức bằng những cú đánh và đạn

ihnen diente dieser Sozialismus als willkommene Vogelscheuche gegen die drohende Bourgeoisie

đối với họ, chủ nghĩa xã hội này phục vụ như một bù nhìn chào đón chống lại giai cấp tư sản đe dọa

und die deutsche Regierung konnte nach den bitteren Pillen, die sie austeilte, ein süßes Dessert anbieten

và chính phủ Đức đã có thể cung cấp một món tráng miệng ngọt ngào sau những viên thuốc đắng mà họ phát ra

dieser "wahre" Sozialismus diente also den Regierungen als Waffe im Kampf gegen die deutsche Bourgeoisie

Do đó, chủ nghĩa xã hội "chân chính" này phục vụ các chính phủ như một vũ khí để chống lại giai cấp tư sản Đức

und gleichzeitig repräsentierte sie direkt ein reaktionäres Interesse; die der deutschen Philister

đồng thời, trực tiếp đại diện cho lợi ích phản động; của người Philistines Đức

In Deutschland ist das Kleinbourgeoisie die wirkliche gesellschaftliche Grundlage des bestehenden Zustandes

Ở Đức, giai cấp tư sản nhỏ là cơ sở xã hội thực sự của tình trạng hiện tại

Ein Relikt des sechzehnten Jahrhunderts, das immer wieder in verschiedenen Formen auftaucht

Một di tích của thế kỷ XVI đã liên tục được cắt xén dưới nhiều hình thức khác nhau

Diese Klasse zu bewahren bedeutet, den bestehenden Zustand in Deutschland zu bewahren

Để bảo tồn giai cấp này là bảo tồn tình trạng hiện có của sự vật ở Đức

Die industrielle und politische Vorherrschaft der Bourgeoisie bedroht das KleinBourgeoisie mit der sicheren Vernichtung

Quyền lực tối cao về công nghiệp và chính trị của giai cấp tư sản đe dọa giai cấp tư sản nhỏ với sự hủy diệt nhất định

auf der einen Seite droht sie das Kleinbourgeoisiedurch die Konzentration des Kapitals zu vernichten

một mặt, nó đe dọa tiêu diệt giai cấp tư sản nhỏ thông qua việc tập trung tư bản

auf der anderen Seite droht die Bourgeoisie, sie durch den Aufstieg eines revolutionären Proletariats zu zerstören

mặt khác, giai cấp tư sản đe dọa tiêu diệt nó thông qua sự trỗi dậy của giai cấp vô sản cách mạng

Der "wahre" Sozialismus schien diese beiden Fliegen mit einer Klappe zu schlagen. Es breitete sich wie eine Epidemie aus

Chủ nghĩa xã hội "thật" dường như giết chết hai con chim này bằng một hòn đá. Nó lây lan như một dịch bệnh

Das Gewand spekulativer Spinnweben, bestickt mit Blumen der Rhetorik, durchtränkt vom Tau kränklicher Gefühle
Chiếc áo choàng mạng nhện đầu cơ, thêu hoa hùng biện, ngập trong sương của tình cảm bệnh hoạn

dieses transzendentale Gewand, in das die deutschen Sozialisten ihre traurigen "ewigen Wahrheiten" hüllten
chiếc áo choàng siêu việt này trong đó những người Xã hội Đức bọc "sự thật vĩnh cửu" đáng tiếc của họ

alle Haut und Knochen, dienten dazu, den Absatz ihrer Waren bei einem solchen Publikum wunderbar zu vermehren.
tất cả da và xương, phục vụ để tăng doanh số bán hàng hóa của họ một cách tuyệt vời giữa một công chúng như vậy

Und der deutsche Sozialismus seinerseits erkannte mehr und mehr seine eigene Berufung
Và về phần mình, chủ nghĩa xã hội Đức ngày càng nhận ra tiếng gọi của chính mình

sie war berufen, die bombastische Vertreterin des Kleinbourgeoisie Philisters zu sein
nó được gọi là đại diện khoa trương của tiểu tư sản Philistine

Sie proklamierte die deutsche Nation als Musternation und den deutschen Kleinphilister als Mustermann
Nó tuyên bố quốc gia Đức là quốc gia kiểu mẫu, và Philistine nhỏ bé người Đức là người đàn ông mẫu mực

Jeder schurkischen Gemeinheit dieses Mustermenschen gab sie eine verborgene, höhere, sozialistische Deutung
Đối với mỗi ý nghĩa xấu xa của người đàn ông kiểu mẫu này, nó đã đưa ra một cách giải thích xã hội chủ nghĩa ẩn giấu, cao hơn,

diese höhere, sozialistische Deutung war das genaue Gegenteil ihres wirklichen Charakters
cách giải thích xã hội chủ nghĩa cao hơn này hoàn toàn trái ngược với đặc điểm thực sự của nó

Sie ging so weit, sich der "brutal destruktiven" Tendenz des Kommunismus direkt entgegenzustellen

Nó đã đi đến cực hạn để trực tiếp chống lại xu hướng "phá hoại tàn bạo" của chủ nghĩa cộng sản

und sie proklamierte ihre höchste und unparteiische Verachtung aller Klassenkämpfe

và nó tuyên bố sự khinh miệt tối cao và vô tư của nó đối với tất cả các cuộc đấu tranh giai cấp

Mit sehr wenigen Ausnahmen gehören alle sogenannten sozialistischen und kommunistischen Publikationen, die jetzt (1847) in Deutschland zirkulieren, in den Bereich dieser üblen und entnervenden Literatur

Với rất ít ngoại lệ, tất cả các ấn phẩm được gọi là Xã hội chủ nghĩa và Cộng sản mà bây giờ (1847) lưu hành ở Đức đều thuộc về lĩnh vực văn học hôi thối và tràn đầy năng lượng này

2) Konservativer Sozialismus oder bürgerlicher Sozialismus
2) Chủ nghĩa xã hội bảo thủ, hay chủ nghĩa xã hội tư sản

Ein Teil der Bourgeoisie will soziale Missstände beseitigen
Một bộ phận của giai cấp tư sản mong muốn giải quyết những
bất bình xã hội
um den Fortbestand der Bourgeoisie Gesellschaft zu sichern
nhằm bảo đảm sự tồn tại liên tục của xã hội tư sản
**Zu dieser Sektion gehören Ökonomen, Philanthropen,
Menschenfreunde**
Phần này thuộc về các nhà kinh tế, nhà từ thiện, nhà nhân đạo
**Verbesserer der Lage der Arbeiterklasse und Organisatoren
der Wohltätigkeit**
cải thiện tình trạng của giai cấp công nhân và những người tổ
chức từ thiện
**Mitglieder von Gesellschaften zur Verhütung von
Tierquälerei**
thành viên của các hiệp hội phòng chống tàn ác đối với động
vật
**Mäßigkeitsfanatiker, Loch-und-Ecken-Reformer aller
erdenklichen Art**
Những kẻ cuồng tín ôn hòa, những nhà cải cách lỗ hổng và
góc khuất của mọi loại có thể tưởng tượng được
**Diese Form des Sozialismus ist überdies zu vollständigen
Systemen ausgearbeitet worden**
Hơn nữa, hình thức chủ nghĩa xã hội này đã được thực hiện
thành các hệ thống hoàn chỉnh
**Als Beispiel für diese Form sei Proudhons "Philosophie de
la Misère" angeführt**
Chúng ta có thể trích dẫn "Philosophie de la Misère" của
Proudhon như một ví dụ về hình thức này
**Die sozialistische Bourgeoisie will alle Vorteile der
modernen gesellschaftlichen Verhältnisse**
Giai cấp tư sản xã hội chủ nghĩa muốn tất cả những lợi thế của
điều kiện xã hội hiện đại

aber die sozialistische Bourgeoisie will nicht unbedingt die
daraus resultierenden Kämpfe und Gefahren
nhưng giai cấp tư sản xã hội chủ nghĩa không nhất thiết muốn
kết quả đấu tranh và nguy hiểm
Sie wollen den bestehenden Zustand der Gesellschaft,
abzüglich ihrer revolutionären und zerfallenden Elemente
Họ mong muốn tình trạng hiện tại của xã hội, trừ đi các yếu tố
cách mạng và tan rã của nó
mit anderen Worten, sie wünschen sich eine Bourgeoisie
ohne Proletariat
nói cách khác, họ mong muốn một giai cấp tư sản không có
giai cấp vô sản
Die Bourgeoisie begreift natürlich die Welt, in der sie die
höchste ist, die Beste zu sein
Giai cấp tư sản tự nhiên quan niệm thế giới trong đó nó là tối
cao để trở thành tốt nhất
und der Bourgeoisie Sozialismus entwickelt diese bequeme
Auffassung zu verschiedenen mehr oder weniger
vollständigen Systemen
và chủ nghĩa xã hội tư sản phát triển quan niệm thoải mái này
thành nhiều hệ thống ít nhiều hoàn chỉnh
sie wünschen sich sehr, dass das Proletariat geradewegs in
das soziale Neue Jerusalem marschiert
họ rất muốn giai cấp vô sản tiến thẳng vào xã hội New
Jerusalem
Aber in Wirklichkeit verlangt sie, dass das Proletariat
innerhalb der Grenzen der bestehenden Gesellschaft bleibt
Nhưng trên thực tế, nó đòi hỏi giai cấp vô sản phải ở trong
giới hạn của xã hội hiện hữu
sie fordern das Proletariat auf, alle seine hasserfüllten Ideen
über die Bourgeoisie abzulegen
họ yêu cầu giai cấp vô sản vứt bỏ mọi tư tưởng thù hận của họ
liên quan đến giai cấp tư sản
es gibt eine zweite, praktischere, aber weniger systematische
Form dieses Sozialismus

có một hình thức thứ hai thực tế hơn, nhưng ít hệ thống hơn, của chủ nghĩa xã hội này

Diese Form des Sozialismus versuchte, jede revolutionäre Bewegung in den Augen der Arbeiterklasse abzuwerten

Hình thức chủ nghĩa xã hội này đã tìm cách hạ thấp mọi phong trào cách mạng trong mắt giai cấp công nhân

Sie argumentieren, dass keine bloße politische Reform für sie von Vorteil sein könnte

Họ lập luận rằng không có cải cách chính trị đơn thuần nào có thể mang lại bất kỳ lợi thế nào cho họ

nur eine Veränderung der materiellen Existenzbedingungen in den wirtschaftlichen Beziehungen ist von Nutzen

Chỉ có một sự thay đổi trong các điều kiện vật chất của sự tồn tại trong quan hệ kinh tế là có lợi

Wie der Kommunismus tritt auch diese Form des Sozialismus für eine Veränderung der materiellen Existenzbedingungen ein

Giống như chủ nghĩa cộng sản, hình thức chủ nghĩa xã hội này chủ trương thay đổi các điều kiện vật chất của sự tồn tại

Diese Form des Sozialismus bedeutet jedoch keineswegs, dass die Bourgeoisie Produktionsverhältnisse abgeschafft werden

tuy nhiên, hình thức chủ nghĩa xã hội này không có nghĩa là xóa bỏ quan hệ sản xuất tư sản

die Abschaffung der Bourgeoisie Produktionsverhältnisse kann nur durch eine Revolution erreicht werden

việc xóa bỏ quan hệ sản xuất tư sản chỉ có thể đạt được thông qua một cuộc cách mạng

Doch statt einer Revolution schlägt diese Form des Sozialismus Verwaltungsreformen vor

Nhưng thay vì một cuộc cách mạng, hình thức chủ nghĩa xã hội này gợi ý cải cách hành chính

und diese Verwaltungsreformen würden auf dem Fortbestand dieser Beziehungen beruhen

Và những cải cách hành chính này sẽ dựa trên sự tồn tại liên tục của các mối quan hệ này

Reformen, die in keiner Weise die Beziehungen zwischen Kapital und Arbeit berühren

Do đó, cải cách không ảnh hưởng đến quan hệ giữa tư bản và lao động

im besten Fall verringern solche Reformen die Kosten und vereinfachen die Verwaltungsarbeit der Bourgeoisie Regierung

tốt nhất, những cải cách như vậy làm giảm chi phí và đơn giản hóa công việc hành chính của chính phủ tư sản

Der Bourgeoisie Sozialismus kommt dann und nur dann adäquat zum Ausdruck, wenn er zur bloßen Redewendung wird

Chủ nghĩa xã hội tư sản đạt được sự thể hiện đầy đủ, khi nào, và chỉ khi, nó trở thành một hình ảnh đơn thuần của lời nói

Freihandel: zum Wohle der Arbeiterklasse

Thương mại tự do: vì lợi ích của giai cấp công nhân

Schutzpflichten: zum Wohle der Arbeiterklasse

Nhiệm vụ bảo vệ: vì lợi ích của giai cấp công nhân

Gefängnisreform: zum Wohle der Arbeiterklasse

Cải cách nhà tù: vì lợi ích của giai cấp công nhân

Das ist das letzte Wort und das einzig ernst gemeinte Wort des Bourgeoisie Sozialismus

Đây là lời cuối cùng và là từ có ý nghĩa nghiêm túc duy nhất của chủ nghĩa xã hội tư sản

Sie ist in dem Satz zusammengefasst: Die Bourgeoisie ist eine Bourgeoisie zum Wohle der Arbeiterklasse

Nó được tóm tắt trong cụm từ: giai cấp tư sản là một giai cấp tư sản vì lợi ích của giai cấp công nhân

3) Kritisch-utopischer Sozialismus und Kommunismus

3) Chủ nghĩa xã hội và chủ nghĩa cộng sản không tưởng phê phán

Wir beziehen uns hier nicht auf jene Literatur, die den Forderungen des Proletariats immer eine Stimme gegeben hat

Ở đây chúng ta không đề cập đến nền văn học luôn luôn nói lên những đòi hỏi của giai cấp vô sản

dies war in jeder großen modernen Revolution vorhanden, wie z. B. in den Schriften von Babeuf und anderen

điều này đã có mặt trong mọi cuộc cách mạng hiện đại vĩ đại, chẳng hạn như các tác phẩm của Babeuf và những người khác

Die ersten unmittelbaren Versuche des Proletariats, seine eigenen Ziele zu erreichen, scheiterten notwendigerweise

Những nỗ lực trực tiếp đầu tiên của giai cấp vô sản để đạt được mục đích riêng của mình nhất thiết đã thất bại

Diese Versuche wurden in Zeiten allgemeiner Aufregung unternommen, als die feudale Gesellschaft gestürzt wurde

Những nỗ lực này được thực hiện trong thời kỳ phấn khích phổ quát, khi xã hội phong kiến bị lật đổ

Der damals noch unterentwickelte Zustand des Proletariats führte zum Scheitern dieser Versuche

Nhà nước vô sản lúc đó chưa phát triển đã dẫn đến những nỗ lực đó thất bại

und sie scheiterten am Fehlen der wirtschaftlichen Voraussetzungen für ihre Emanzipation

Và họ đã thất bại do không có điều kiện kinh tế để giải phóng nó

Bedingungen, die erst noch geschaffen werden mussten und die durch die bevorstehende Epoche der Bourgeoisie allein hervorgebracht werden konnten

những điều kiện chưa được tạo ra, và chỉ có thể được tạo ra bởi thời đại tư sản sắp xảy ra

Die revolutionäre Literatur, die diese ersten Bewegungen des Proletariats begleitete, hatte notwendigerweise einen reaktionären Charakter

Văn học cách mạng đi kèm với những phong trào đầu tiên của giai cấp vô sản nhất thiết phải có tính chất phản động

Diese Literatur schärfte universelle Askese und soziale Nivellierung in ihrer gröbsten Form ein

Văn học này khắc sâu chủ nghĩa khổ hạnh phổ quát và san bằng xã hội ở dạng thô sơ nhất của nó

Die sozialistischen und kommunistischen Systeme, die man eigentlich so nennt, entstehen in der frühen unentwickelten Periode

Các hệ thống xã hội chủ nghĩa và cộng sản, được gọi đúng như vậy, xuất hiện trong thời kỳ đầu chưa phát triển

Saint-Simon, Fourier, Owen und andere beschrieben den Kampf zwischen Proletariat und Bourgeoisie (siehe Abschnitt 1)

Saint-Simon, Fourier, Owen và những người khác, đã mô tả cuộc đấu tranh giữa giai cấp vô sản và giai cấp tư sản (xem Phần 1)

Die Begründer dieser Systeme sehen in der Tat die Klassengegensätze

Những người sáng lập ra các hệ thống này thực sự nhìn thấy sự đối kháng giai cấp

Sie sehen auch das Wirken der sich zersetzenden Elemente in der herrschenden Gesellschaftsform

Họ cũng nhìn thấy hành động của các yếu tố phân hủy, trong hình thức phổ biến của xã hội

Aber das Proletariat, das noch in den Kinderschuhen steckt, bietet ihnen das Schauspiel einer Klasse ohne jede historische Initiative

Nhưng giai cấp vô sản, vẫn còn trong giai đoạn sơ khai, mang đến cho họ cảnh tượng của một giai cấp không có bất kỳ sáng kiến lịch sử nào

Sie sehen das Schauspiel einer sozialen Klasse ohne unabhängige politische Bewegung

Họ nhìn thấy cảnh tượng của một tầng lớp xã hội không có bất kỳ phong trào chính trị độc lập nào

Die Entwicklung des Klassengegensatzes hält mit der Entwicklung der Industrie Schritt

Sự phát triển của sự đối kháng giai cấp theo kịp với sự phát triển của công nghiệp

Die ökonomische Lage bietet ihnen also noch nicht die materiellen Bedingungen für die Befreiung des Proletariats

Vì vậy, tình hình kinh tế chưa cung cấp cho họ những điều kiện vật chất để giải phóng giai cấp vô sản

Sie suchen also nach einer neuen Sozialwissenschaft, nach neuen sozialen Gesetzen, die diese Bedingungen schaffen sollen

Do đó, họ tìm kiếm một khoa học xã hội mới, theo sau các luật xã hội mới, để tạo ra những điều kiện này

historisches Handeln besteht darin, sich ihrem persönlichen erfinderischen Handeln zu beugen

Hành động lịch sử là nhượng bộ hành động sáng tạo cá nhân của họ

Historisch geschaffene Emanzipationsbedingungen sollen phantastischen Verhältnissen weichen

Các điều kiện giải phóng được tạo ra trong lịch sử là nhường chỗ cho những điều kiện tuyệt vời

und die allmähliche, spontane Klassenorganisation des Proletariats soll der Organisation der Gesellschaft weichen

và tổ chức giai cấp dần dần, tự phát của giai cấp vô sản là nhường nhịn tổ chức xã hội

die Organisation der Gesellschaft, die von diesen Erfindern eigens ersonnen wurde

Tổ chức xã hội được tạo ra đặc biệt bởi những nhà phát minh này

Die zukünftige Geschichte löst sich in ihren Augen in die Propaganda und die praktische Durchführung ihrer sozialen Pläne auf

Lịch sử tương lai tự giải quyết, trong mắt họ, vào việc tuyên truyền và thực hiện thực tế các kế hoạch xã hội của họ

Bei der Ausarbeitung ihrer Pläne sind sie sich bewußt, daß sie sich in erster Linie um die Interessen der Arbeiterklasse kümmern

Trong việc hình thành các kế hoạch của họ, họ có ý thức quan tâm chủ yếu đến lợi ích của giai cấp công nhân

Nur unter dem Gesichtspunkt, die leidendste Klasse zu sein, existiert das Proletariat für sie

Chỉ từ quan điểm là giai cấp đau khổ nhất, giai cấp vô sản mới tồn tại đối với họ

Der unentwickelte Zustand des Klassenkampfes und ihre eigene Umgebung prägen ihre Meinungen

Tình trạng chưa phát triển của cuộc đấu tranh giai cấp và môi trường xung quanh của chính họ thông báo cho ý kiến của họ

Sozialisten dieser Art halten sich allen Klassengegensätzen weit überlegen

Những người xã hội chủ nghĩa thuộc loại này tự coi mình vượt trội hơn nhiều so với tất cả các đối kháng giai cấp

Sie wollen die Lage jedes Mitglieds der Gesellschaft verbessern, auch die der Begünstigten

Họ muốn cải thiện điều kiện của mọi thành viên trong xã hội, ngay cả những người được ưu ái nhất

Daher appellieren sie gewöhnlich an die Gesellschaft als Ganzes, ohne Unterschied der Klasse

Do đó, họ có thói quen thu hút xã hội nói chung, không phân biệt giai cấp

Ja, sie appellieren an die Gesellschaft als Ganzes, indem sie die herrschende Klasse bevorzugen

Không, họ thu hút xã hội nói chung bằng cách ưu tiên cho giai cấp thống trị

Für sie ist alles, was es braucht, dass andere ihr System verstehen

Đối với họ, tất cả những gì nó đòi hỏi là để người khác hiểu hệ thống của họ

Denn wie können die Menschen nicht erkennen, dass der bestmögliche Plan für den bestmöglichen Zustand der Gesellschaft ist?

Bởi vì làm thế nào mọi người có thể không thấy rằng kế hoạch tốt nhất có thể là cho tình trạng tốt nhất có thể của xã hội?

Daher lehnen sie jede politische und vor allem jede revolutionäre Aktion ab

Do đó, họ bác bỏ mọi hành động chính trị, và đặc biệt là tất cả các hành động cách mạng

Sie wollen ihre Ziele mit friedlichen Mitteln erreichen

Họ muốn đạt được mục đích của họ bằng các biện pháp hòa bình

Sie bemühen sich durch kleine Experimente, die notwendigerweise zum Scheitern verurteilt sind

Họ nỗ lực, bằng những thí nghiệm nhỏ, nhất thiết phải cam chịu thất bại

und durch die Kraft des Beispiels versuchen sie, den Weg für das neue soziale Evangelium zu ebnen

và bằng sức mạnh của tấm gương, họ cố gắng mở đường cho Tin Mừng xã hội mới

Welch phantastische Bilder von der zukünftigen Gesellschaft, gemalt in einer Zeit, in der sich das Proletariat noch in einem sehr unterentwickelten Zustand befindet

Những bức tranh tuyệt vời như vậy về xã hội tương lai, được vẽ vào thời điểm giai cấp vô sản vẫn còn trong tình trạng rất kém phát triển

und sie hat immer noch nur eine phantastische Vorstellung von ihrer eigenen Stellung

Và nó vẫn chỉ có một quan niệm tuyệt vời về vị trí riêng của nó

aber ihre ersten instinktiven Sehnsüchte entsprechen den Sehnsüchten des Proletariats

Nhưng những khao khát bản năng đầu tiên của họ tương ứng với những khao khát của giai cấp vô sản

Beide sehnen sich nach einem allgemeinen Umbau der Gesellschaft

Cả hai đều khao khát một sự tái thiết chung của xã hội

Aber diese sozialistischen und kommunistischen Veröffentlichungen enthalten auch ein kritisches Element

Nhưng những ấn phẩm xã hội chủ nghĩa và cộng sản này
cũng chứa đựng một yếu tố quan trọng
Sie greifen jedes Prinzip der bestehenden Gesellschaft an
Họ tấn công mọi nguyên tắc của xã hội hiện tại
Daher sind sie voll von den wertvollsten Materialien für die
Aufklärung der Arbeiterklasse
Do đó, chúng có đầy đủ các tài liệu quý giá nhất cho sự giác
ngộ của giai cấp công nhân
Sie schlagen die Abschaffung der Unterscheidung zwischen
Stadt und Land und der Familie vor
Họ đề nghị bãi bỏ sự phân biệt giữa thị trấn và nông thôn, và
gia đình
die Abschaffung des Gewerbetreibens für Rechnung von
Privatpersonen
bãi bỏ việc thực hiện các ngành công nghiệp cho tài khoản của
các cá nhân tư nhân
und die Abschaffung des Lohnsystems und die
Proklamation des sozialen Friedens
và bãi bỏ hệ thống tiền lương và tuyên bố hòa hợp xã hội
die Verwandlung der Funktionen des Staates in eine bloße
Aufsicht über die Produktion
chuyển đổi các chức năng của Nhà nước thành giám sát sản
xuất đơn thuần
Alle diese Vorschläge deuten einzig und allein auf das
Verschwinden der Klassengegensätze hin
Tất cả những đề xuất này, chỉ chỉ ra sự biến mất của sự đối
kháng giai cấp
Klassengegensätze waren damals gerade erst im Entstehen
begriffen
Sự đối kháng giai cấp, vào thời điểm đó, chỉ mới xuất hiện
In diesen Veröffentlichungen werden diese
Klassengegensätze nur in ihren frühesten, undeutlichen und
unbestimmten Formen anerkannt
Trong các ấn phẩm này, các đối kháng giai cấp này chỉ được
công nhận ở dạng sớm nhất, không rõ ràng và không xác định
Diese Vorschläge haben also rein utopischen Charakter

Do đó, những đề xuất này có tính chất hoàn toàn không tưởng

Die Bedeutung des kritisch-utopischen Sozialismus und des Kommunismus steht in einem umgekehrten Verhältnis zur historischen Entwicklung

Tầm quan trọng của chủ nghĩa xã hội và chủ nghĩa cộng sản phê phán-không tưởng có mối quan hệ nghịch đảo với sự phát triển lịch sử

Der moderne Klassenkampf wird sich entwickeln und weiter konkrete Gestalt annehmen

Cuộc đấu tranh giai cấp hiện đại sẽ phát triển và tiếp tục hình thành nhất định

Dieses fantastische Ansehen des Wettbewerbs wird jeden praktischen Wert verlieren

Vị trí tuyệt vời này từ cuộc thi sẽ mất tất cả giá trị thực tế

Diese phantastischen Angriffe auf die Klassengegensätze verlieren jede theoretische Rechtfertigung

Những cuộc tấn công tuyệt vời này vào sự đối kháng giai cấp sẽ mất tất cả sự biện minh lý thuyết

Die Urheber dieser Systeme waren in vielerlei Hinsicht revolutionär

Những người khởi xướng các hệ thống này, trong nhiều khía cạnh, là một cuộc cách mạng

Aber ihre Jünger haben in jedem Fall bloße reaktionäre Sekten gebildet

Nhưng các đệ tử của họ, trong mọi trường hợp, đã hình thành các giáo phái phản động đơn thuần

Sie halten an den ursprünglichen Ansichten ihrer Meister fest

Họ giữ chặt quan điểm ban đầu của chủ nhân của họ

Aber diese Anschauungen stehen im Gegensatz zur fortschreitenden geschichtlichen Entwicklung des Proletariats

Nhưng những quan điểm này trái ngược với sự phát triển lịch sử tiến bộ của giai cấp vô sản

Sie bemühen sich daher, und zwar konsequent, den Klassenkampf abzustumpfen

Do đó, họ cố gắng, và điều đó một cách nhất quán, để làm chết cuộc đấu tranh giai cấp

Und sie bemühen sich konsequent, die Klassengegensätze zu versöhnen

và họ luôn nỗ lực để hòa giải sự đối kháng giai cấp

Noch träumen sie von der experimentellen Umsetzung ihrer gesellschaftlichen Utopien

Họ vẫn mơ ước thực hiện thực nghiệm những điều không tưởng xã hội của họ

sie träumen immer noch davon, isolierte "Phalanster" zu gründen und "Heimatkolonien" zu gründen

họ vẫn mơ ước thành lập "phalansteres" bị cô lập và thành lập "Thuộc địa nhà"

sie träumen davon, eine "Kleine Ikaria" zu errichten – Duodecimo-Ausgaben des Neuen Jerusalem

họ mơ ước thiết lập một "Little Icaria" — phiên bản duodecimo của Jerusalem Mới

Und sie träumen davon, all diese Luftschlösser zu verwirklichen

Và họ mơ ước nhận ra tất cả những lâu đài này trên không

Sie sind gezwungen, an die Gefühle und den Geldbeutel der Bourgeoisie zu appellieren

Họ buộc phải thu hút cảm xúc và ví tiền của giai cấp tư sản

Nach und nach sinken sie in die Kategorie der oben dargestellten reaktionären konservativen Sozialisten

Theo mức độ, họ chìm vào phạm trù của những người xã hội chủ nghĩa bảo thủ phản động được mô tả ở trên

sie unterscheiden sich von diesen nur durch systematischere Pedanterie

Chúng khác với những điều này chỉ bởi phương pháp sư phạm có hệ thống hơn

und sie unterscheiden sich durch ihren fanatischen und abergläubischen Glauben an die Wunderwirkungen ihrer Sozialwissenschaft

Và họ khác nhau bởi niềm tin cuồng tín và mê tín dị đoan của họ vào những tác động kỳ diệu của khoa học xã hội của họ

Sie widersetzen sich daher gewaltsam jeder politischen Aktion der Arbeiterklasse

Do đó, họ phản đối dữ dội mọi hành động chính trị từ phía giai cấp công nhân

ein solches Handeln kann ihrer Meinung nach nur aus blindem Unglauben an das neue Evangelium resultieren

Hành động như vậy, theo họ, chỉ có thể là kết quả của sự không tin mù quáng vào Tin Mừng mới

Die Owenisten in England und die Fourieristen in Frankreich stehen den Chartisten und den "Réformisten" entgegen

Người Owenites ở Anh và Fourierists ở Pháp, tương ứng, phản đối Chartists và "Réformistes"

Stellung der Kommunisten zu den verschiedenen bestehenden Oppositionsparteien

Lập trường của những người cộng sản trong mối quan hệ với các đảng đối lập hiện có khác nhau

Abschnitt II hat die Beziehungen der Kommunisten zu den bestehenden Arbeiterparteien deutlich gemacht

Phần II đã làm rõ mối quan hệ của những người cộng sản với các đảng của giai cấp công nhân hiện tại

wie die Chartisten in England und die Agrarreformer in Amerika

chẳng hạn như Chartists ở Anh, và các nhà cải cách nông nghiệp ở Mỹ

Die Kommunisten kämpfen für die Erreichung der unmittelbaren Ziele

Những người cộng sản đấu tranh để đạt được các mục tiêu trước mắt

Sie kämpfen für die Durchsetzung der momentanen Interessen der Arbeiterklasse

Họ đấu tranh cho việc thực thi các lợi ích nhất thời của giai cấp công nhân

Aber in der politischen Bewegung der Gegenwart repräsentieren und kümmern sie sich auch um die Zukunft dieser Bewegung

Nhưng trong phong trào chính trị của hiện tại, họ cũng đại diện và chăm sóc tương lai của phong trào đó

In Frankreich verbünden sich die Kommunisten mit den Sozialdemokraten

Ở Pháp, những người Cộng sản liên minh với Đảng Dân chủ Xã hội

und sie positionieren sich gegen die konservative und radikale Bourgeoisie

và họ tự đặt mình vào vị trí chống lại giai cấp tư sản bảo thủ và cấp tiến

sie behalten sich jedoch das Recht vor, eine kritische Position gegenüber Phrasen und Illusionen einzunehmen, die traditionell aus der großen Revolution überliefert sind

tuy nhiên, họ có quyền chiếm một vị trí quan trọng liên quan đến các cụm từ và ảo tưởng truyền thống được lưu truyền từ cuộc Cách mạng vĩ đại

In der Schweiz unterstützt man die Radikalen, ohne dabei aus den Augen zu verlieren, dass diese Partei aus antagonistischen Elementen besteht

Ở Thụy Sĩ, họ ủng hộ những người cấp tiến, mà không đánh mất sự thật rằng đảng này bao gồm các yếu tố đối kháng

teils von demokratischen Sozialisten im französischen Sinne, teils von radikaler Bourgeoisie

một phần của những người xã hội chủ nghĩa dân chủ, theo nghĩa của Pháp, một phần của giai cấp tư sản cấp tiến

In Polen unterstützen sie die Partei, die auf einer Agrarrevolution als Hauptbedingung für die nationale Emanzipation beharrt

Ở Ba Lan, họ ủng hộ đảng khăng khăng đòi một cuộc cách mạng nông nghiệp như là điều kiện chính để giải phóng dân tộc

jene Partei, die 1846 den Krakauer Aufstand angezettelt hatte

đảng đó đã xúi giục cuộc nổi dậy của Cracow năm 1846

In Deutschland kämpft man mit der Bourgeoisie, wenn sie revolutionär handelt

Ở Đức, họ chiến đấu với giai cấp tư sản bất cứ khi nào nó hành động một cách mạng

gegen die absolute Monarchie, das feudale Eichhörnchen und das Kleinbourgeoisie

chống lại chế độ quân chủ tuyệt đối, chế độ cận vệ phong kiến và giai cấp tư sản nhỏ

Aber sie hören nicht auf, der Arbeiterklasse auch nur einen Augenblick lang eine bestimmte Idee einzuflößen

Nhưng họ không bao giờ ngừng, trong một khoảnh khắc, để thấm nhuần vào giai cấp công nhân một ý tưởng cụ thể

die klarste Erkenntnis des feindlichen Antagonismus
zwischen Bourgeoisie und Proletariat
sự thừa nhận rõ ràng nhất có thể về sự đối kháng thù địch
giữa giai cấp tư sản và giai cấp vô sản
damit die deutschen Arbeiter sofort von den ihnen zur
Verfügung stehenden Waffen Gebrauch machen können
để công nhân Đức có thể ngay lập tức sử dụng vũ khí theo ý
của họ
die sozialen und politischen Bedingungen, die die
Bourgeoisie mit ihrer Herrschaft notwendigerweise
einführen muss
các điều kiện xã hội và chính trị mà giai cấp tư sản nhất thiết
phải đưa ra cùng với quyền lực tối cao của nó;
der Sturz der reaktionären Klassen in Deutschland ist
unvermeidlich
sự sụp đổ của các giai cấp phản động ở Đức là không thể
tránh khỏi
und dann kann der Kampf gegen die Bourgeoisie selbst
sofort beginnen
và sau đó cuộc chiến chống lại chính giai cấp tư sản có thể bắt
đầu ngay lập tức
Die Kommunisten richten ihre Aufmerksamkeit
hauptsächlich auf Deutschland, weil dieses Land am
Vorabend einer Bourgeoisie Revolution steht
Những người cộng sản chuyển sự chú ý của họ chủ yếu sang
Đức, bởi vì đất nước đó đang ở trước thềm một cuộc cách
mạng tư sản
eine Revolution, die unter den fortgeschritteneren
Bedingungen der europäischen Zivilisation durchgeführt
werden muss
một cuộc cách mạng chắc chắn sẽ được thực hiện trong những
điều kiện tiên tiến hơn của nền văn minh châu Âu
Und sie wird mit einem viel weiter entwickelten Proletariat
durchgeführt werden
Và nó nhất định phải được thực hiện với một giai cấp vô sản
phát triển hơn nhiều

ein Proletariat, das weiter fortgeschritten war als das
Englands im 17. und Frankreichs im 18. Jahrhundert

một giai cấp vô sản tiên tiến hơn của Anh vào thế kỷ XVII, và
của Pháp vào thế kỷ XVIII

und weil die Bourgeoisie Revolution in Deutschland nur das
Vorspiel zu einer unmittelbar folgenden proletarischen
Revolution sein wird

và bởi vì cuộc cách mạng tư sản ở Đức sẽ chỉ là khúc dạo đầu
cho một cuộc cách mạng vô sản ngay sau đó

Kurz gesagt, die Kommunisten unterstützen überall jede
revolutionäre Bewegung gegen die bestehende soziale und
politische Ordnung der Dinge

Nói tóm lại, những người cộng sản ở khắp mọi nơi ủng hộ
mọi phong trào cách mạng chống lại trật tự xã hội và chính trị
hiện có

In all diesen Bewegungen rücken sie als Leitfrage die
Eigentumsfrage in den Vordergrund

Trong tất cả các phong trào này, họ đưa ra phía trước, như câu
hỏi hàng đầu trong mỗi câu hỏi về tài sản

unabhängig davon, wie hoch der Entwicklungsstand in
diesem Land zu diesem Zeitpunkt ist

Bất kể mức độ phát triển của nó là bao nhiêu ở quốc gia đó
vào thời điểm đó

Schließlich setzen sie sich überall für die Vereinigung und
Zustimmung der demokratischen Parteien aller Länder ein

Cuối cùng, họ lao động khắp nơi cho sự liên minh và thỏa
thuận của các đảng dân chủ của tất cả các quốc gia

Die Kommunisten verschmähen es, ihre Ansichten und
Ziele zu verheimlichen

Những người cộng sản khinh miệt che giấu quan điểm và mục
đích của họ

Sie erklären offen, dass ihre Ziele nur durch den
gewaltsamen Umsturz aller bestehenden gesellschaftlichen
Verhältnisse erreicht werden können

Họ công khai tuyên bố rằng mục đích của họ chỉ có thể đạt được bằng cách lật đổ cưỡng bức tất cả các điều kiện xã hội hiện có

Mögen die herrschenden Klassen vor einer kommunistischen Revolution zittern

Hãy để giai cấp thống trị run sợ trước một cuộc cách mạng cộng sản

Die Proletarier haben nichts zu verlieren als ihre Ketten

Những người vô sản không có gì để mất ngoài xiềng xích của họ

Sie haben eine Welt zu gewinnen

Họ có một thế giới để giành chiến thắng

ARBEITER ALLER LÄNDER, VEREINIGT EUCH!

NHỮNG NGƯỜI LAO ĐỘNG CỦA TẤT CẢ CÁC NƯỚC, ĐOÀN KẾT!

www.ingramcontent.com/pod-product-compliance
Lightning Source LLC
Chambersburg PA
CBHW011735020426
42333CB00024B/2908